I am here now

Bây giờ tôi ở đây

A memory captured in photographs,
a concise essay, or as I feel about it:
a love letter.

Một kỷ niệm được ghi lại trong những
bức ảnh, một bài luận ngắn gọn, hoặc
theo cảm nhận của tôi về nó:
một bức thư tình.

Photographs and text by: Walter Cruz Pivaral

Translation to Vietnamese: Hiền Phạm

Instagram: @waltercruzpivaral
https://vimeo.com/waltercruzpivaral

About Walter:
I am a graduate of the International Cinema School in Havana, Cuba. I have more than 30 years of experience working in the media industry and lately teaching journalism for TV and digital photography to the new generations. I consider myself a nomad, I like seeing the world, meeting new people and understanding cultures different from mine. Love brought me to Hanoi, Vietnam. You can find me here now!

About Hiền:
I am a graduate of the Hanoi University of Pharmacy. With more than 20 years of experience in the pharmaceutical industry. I love traveling, whether it is for work or pleasure. I have been very fortunate walking streets, eating food and looking at the sunset in many cities around the world. But I always want to come back to Vietnam, my favorite place ever.

Giới thiệu về Walter:
Tôi tốt nghiệp Trường Điện ảnh Quốc tế ở Havana, Cuba. Tôi có hơn 30 năm kinh nghiệm làm việc trong ngành truyền thông và gần đây đang giảng dạy báo chí truyền hình và nhiếp ảnh kỹ thuật số cho các thế hệ mới. Tôi coi mình là một người du mục, tôi thích nhìn giới, gặp gỡ những người mới và tìm hiểu những nền văn hóa khác với tôi. Tình yêu đã đưa tôi đến Hà Nội, Việt Nam. Bạn có thể tìm thấy tôi ở đây bây giờ!

Giới thiệu về Hiền:
Tôi tốt nghiệp trường Đại học Dược Hà Nội. Với hơn 20 năm kinh nghiệm trong ngành dược phẩm. Tôi thích đi du lịch, dù là vì công việc hay niềm vui. Tôi đã rất may mắn được đi dạo trên nhiều con phố, thưởng thức nhiều đồ ăn và ngắm hoàng hôn ở nhiều thành phố trên thế giới. Nhưng tôi luôn muốn quay trở lại Việt Nam, nơi mà tôi yêu quý nhất.

Hình ảnh và lời nói của: Walter Cruz Pivaral

Dịch sang tiếng Việt: Hiền Phạm

ISBN: 9798858367383
Imprint: Independently published

Thê Húc Bridge.
Hoàn Kiếm Lake, Hanoi , Vietnam

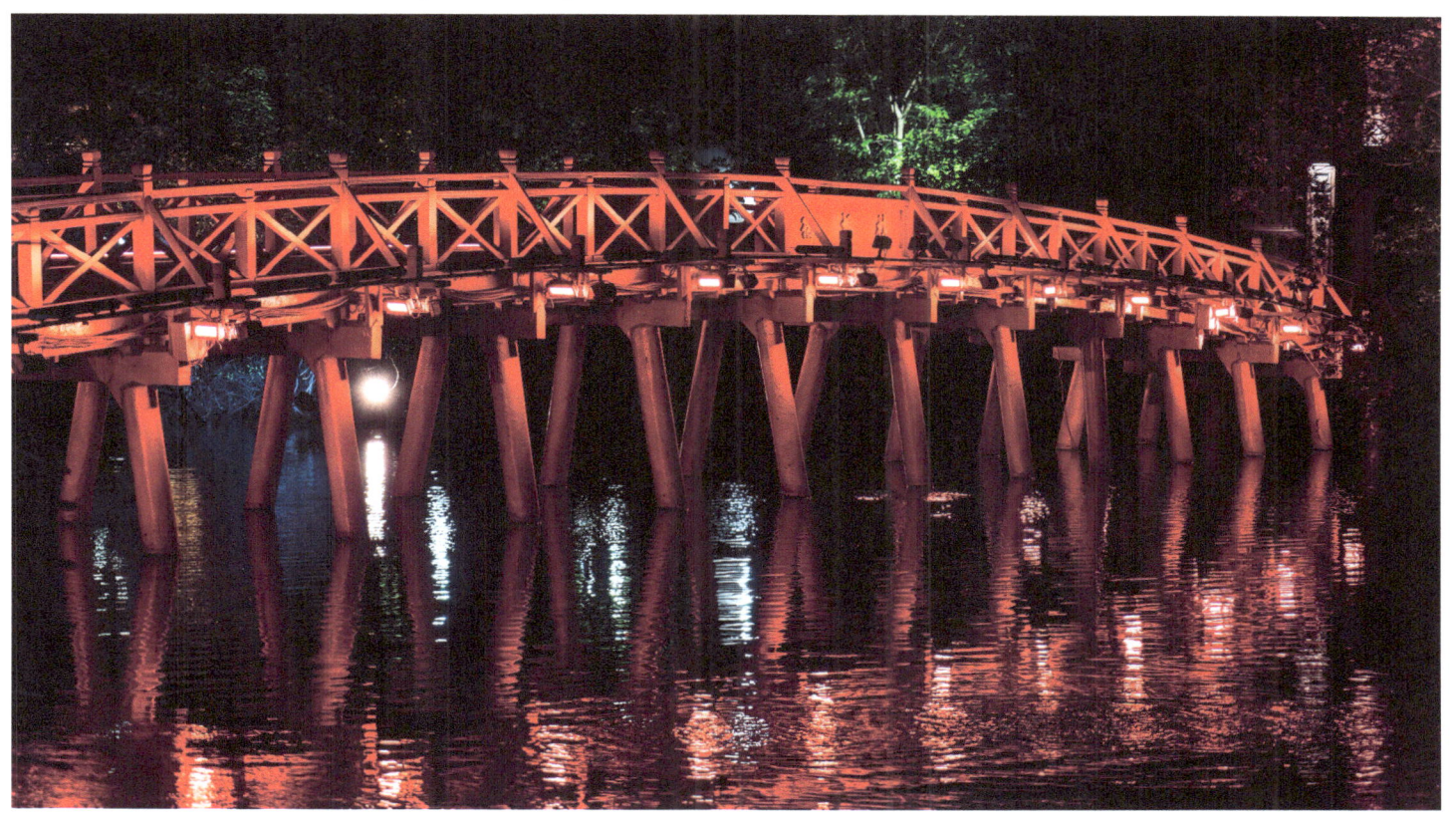

I am here now
Bây giờ tôi ở đây

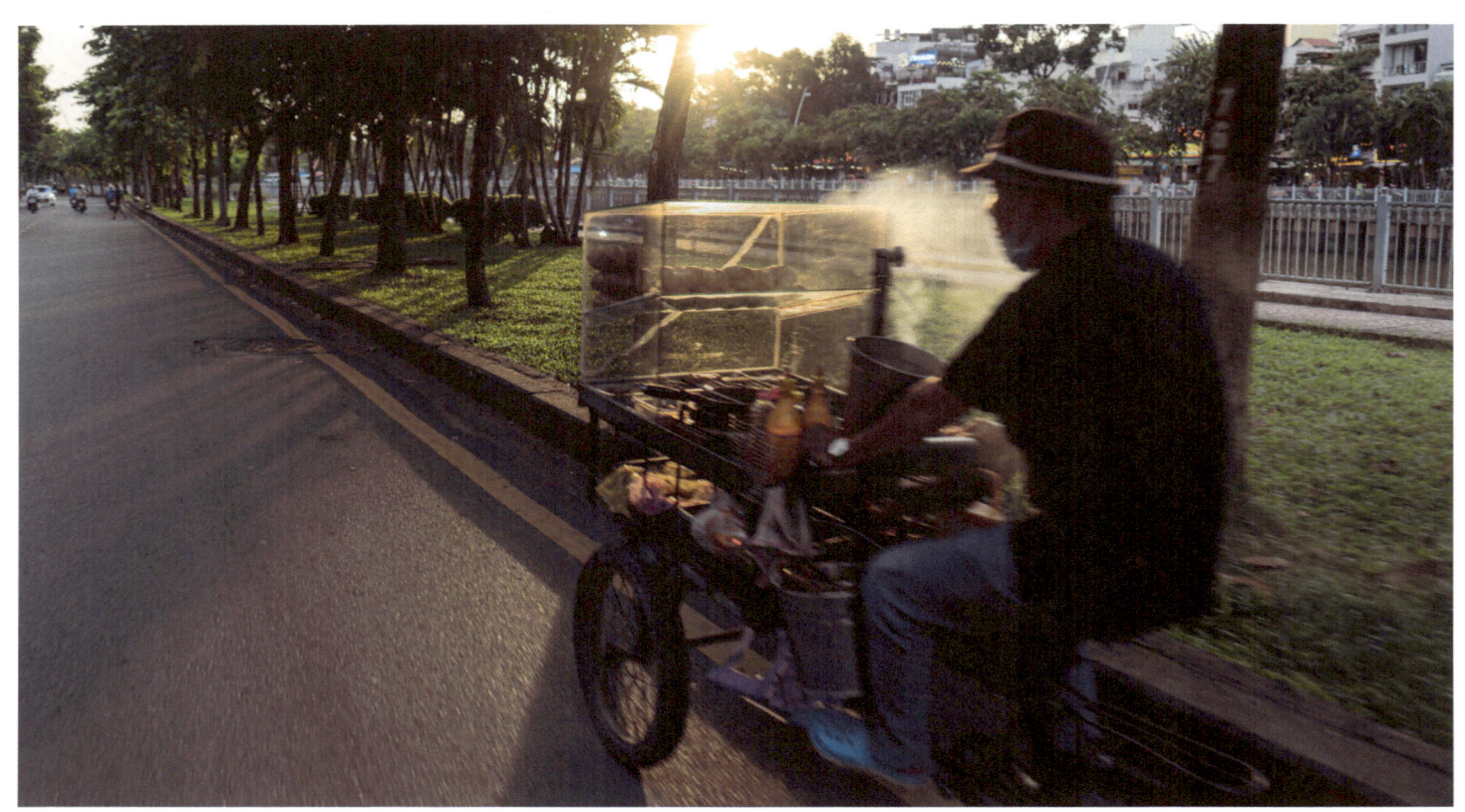

**This place has lingered
in my mind for a long time;
Why, you may ask?**

Aquatic market
Cần Thơ, Vietnam

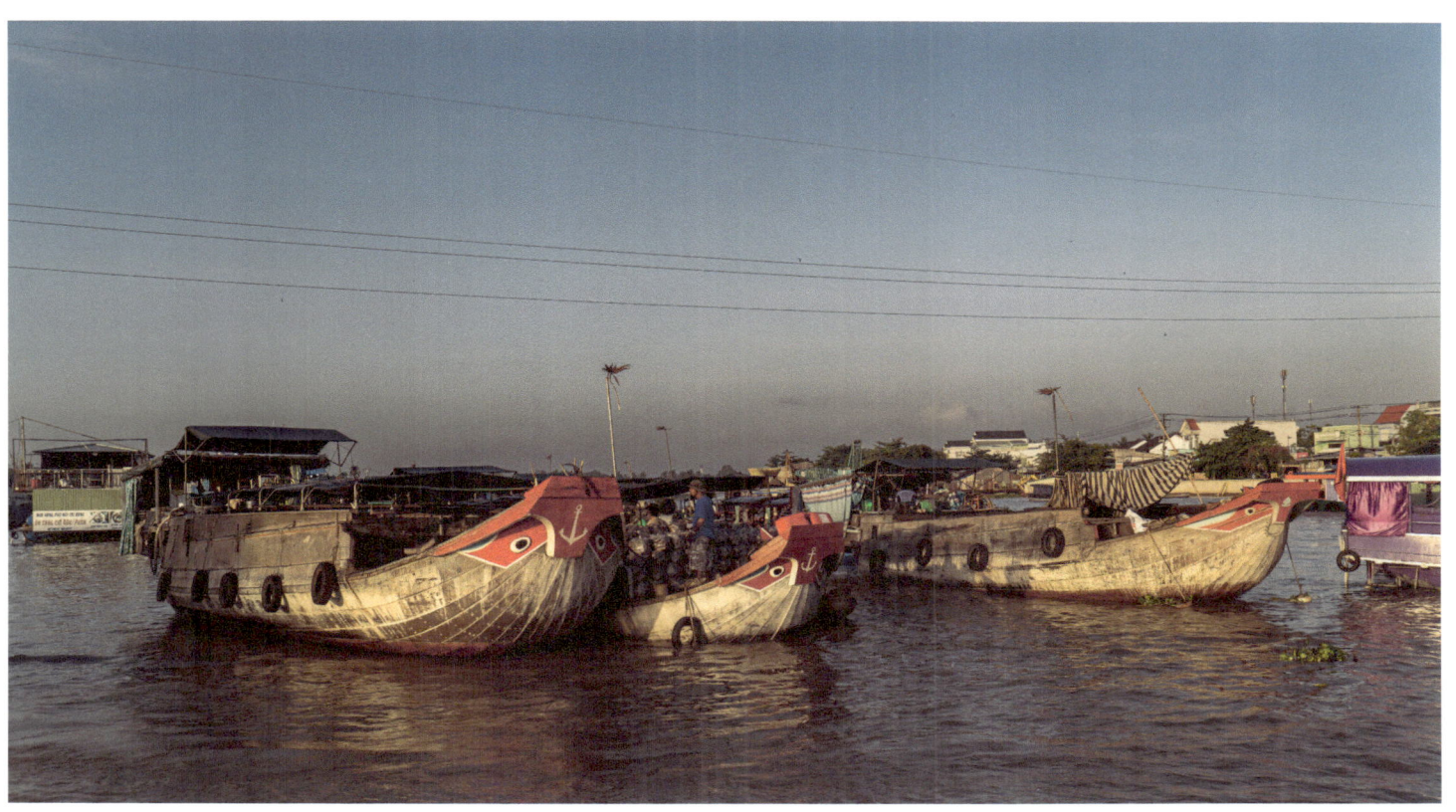

Nơi này đã đọng lại trong tâm trí tôi trong một thời gian dài; tại sao, bạn có thể hỏi?

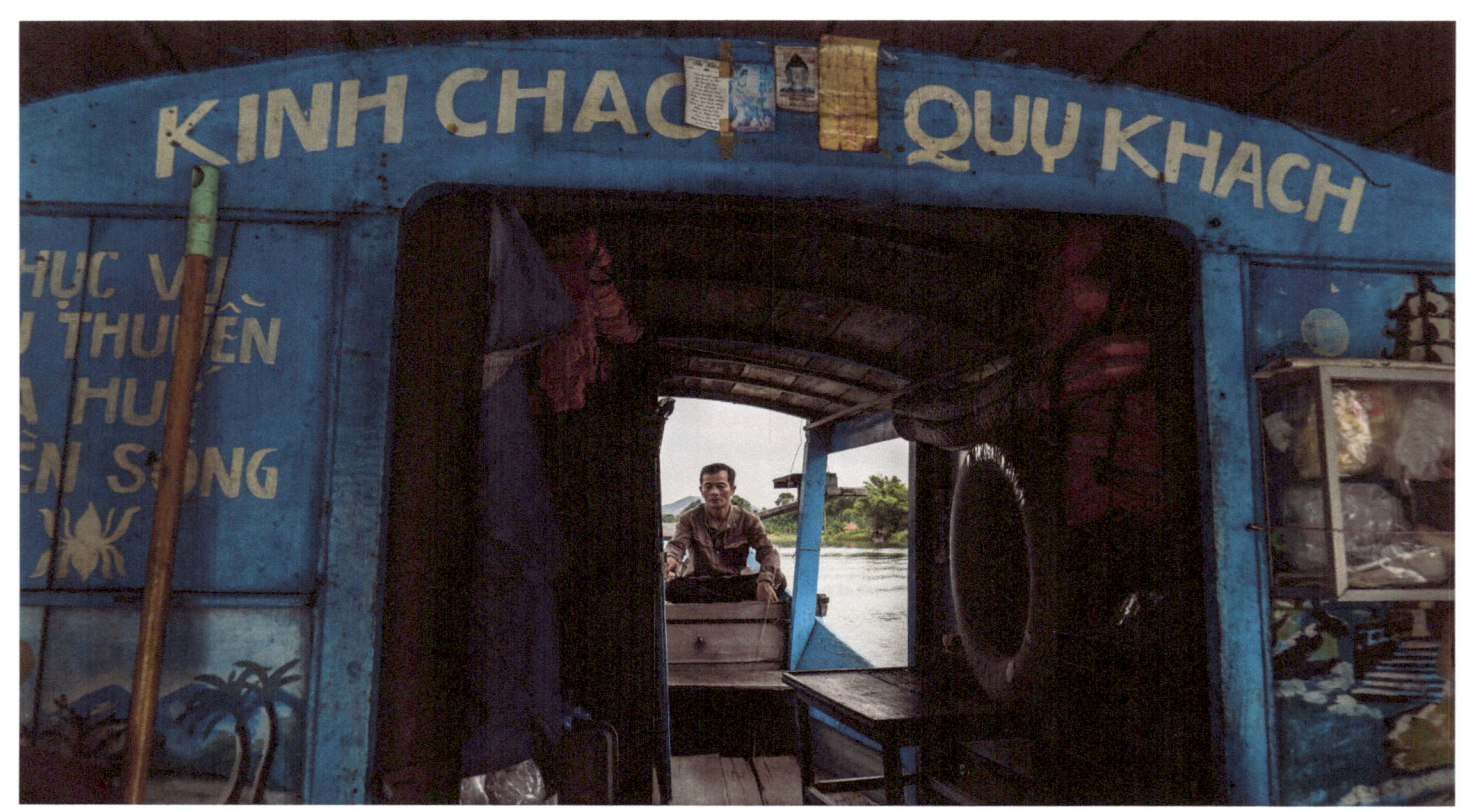

I don't have a
good answer
for that.

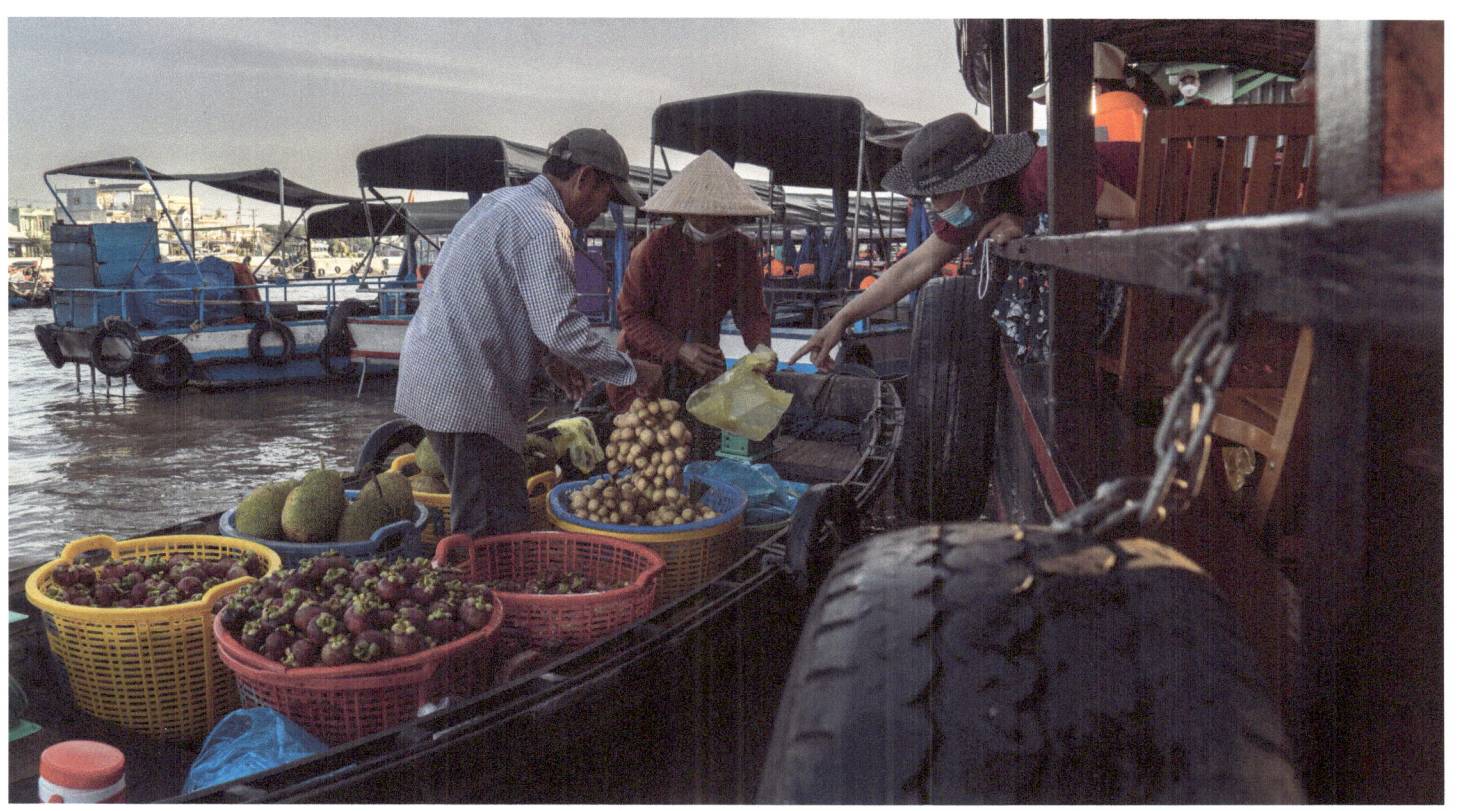

Tôi không có câu trả lời hay cho điều đó.

Passenger Boats
Tràng An, Ninh Bình, Vietnam

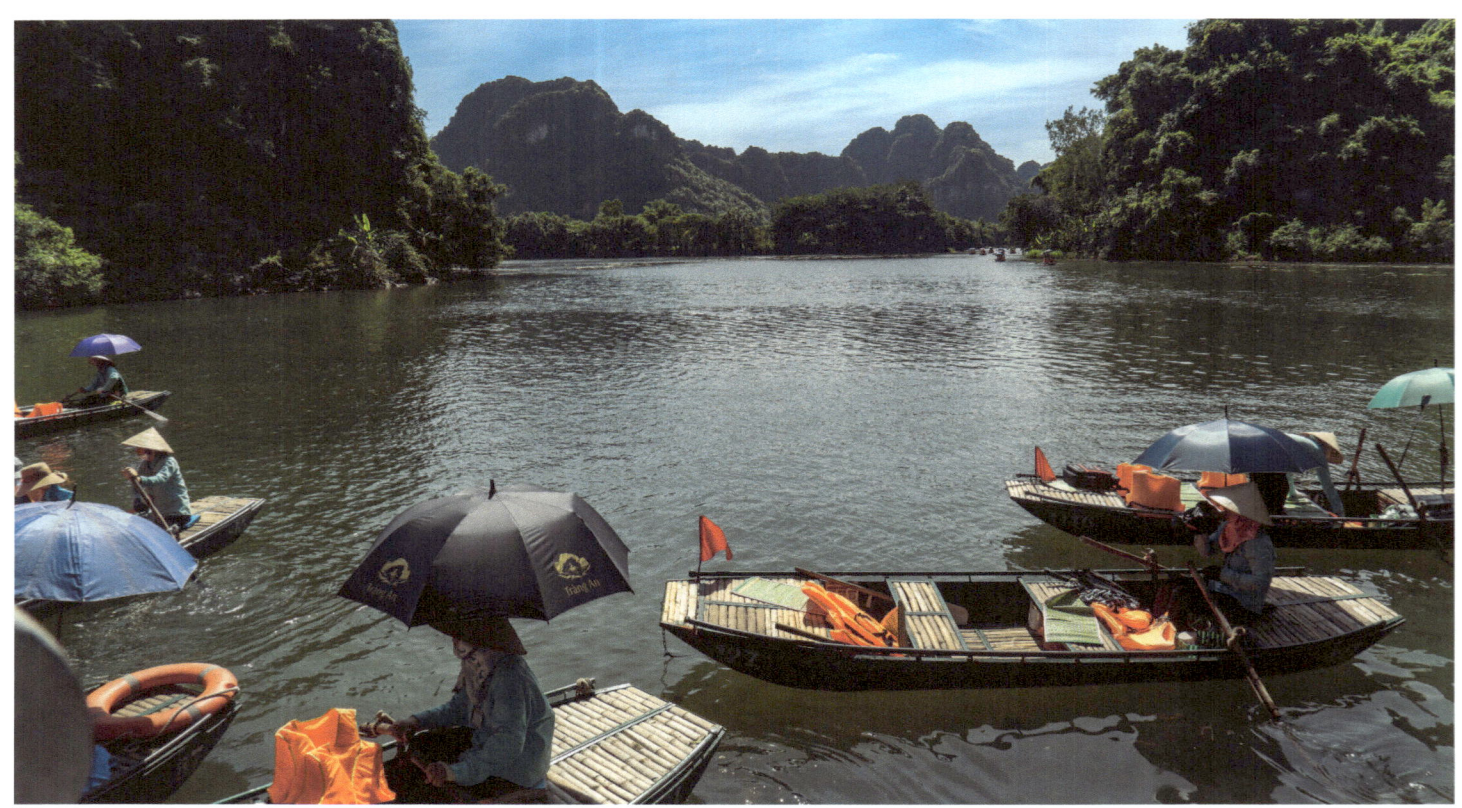

Perhaps it's the allure of heroic people fighting against foreign invaders, imperialists and fascists time after time,

Trinh Temple
Tràng An, Ninh Bình, Vietnam

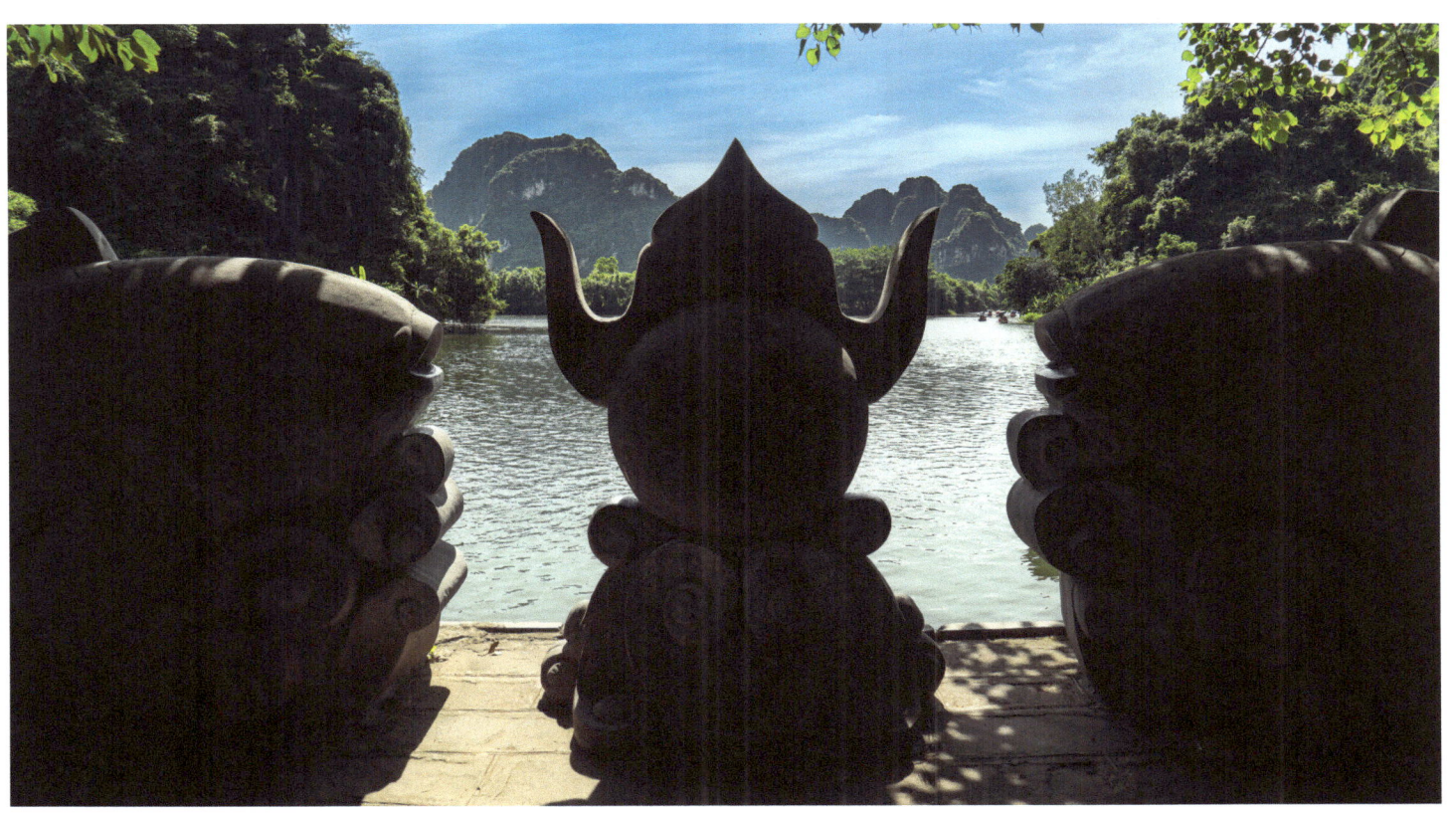

Có lẽ đó là sức hấp dẫn của những con người anh hùng chống ngoại xâm, đế quốc và phát xit hết lần này đến lần khác,

Bo Hon Island
Hạ Long Bay, Vietnam

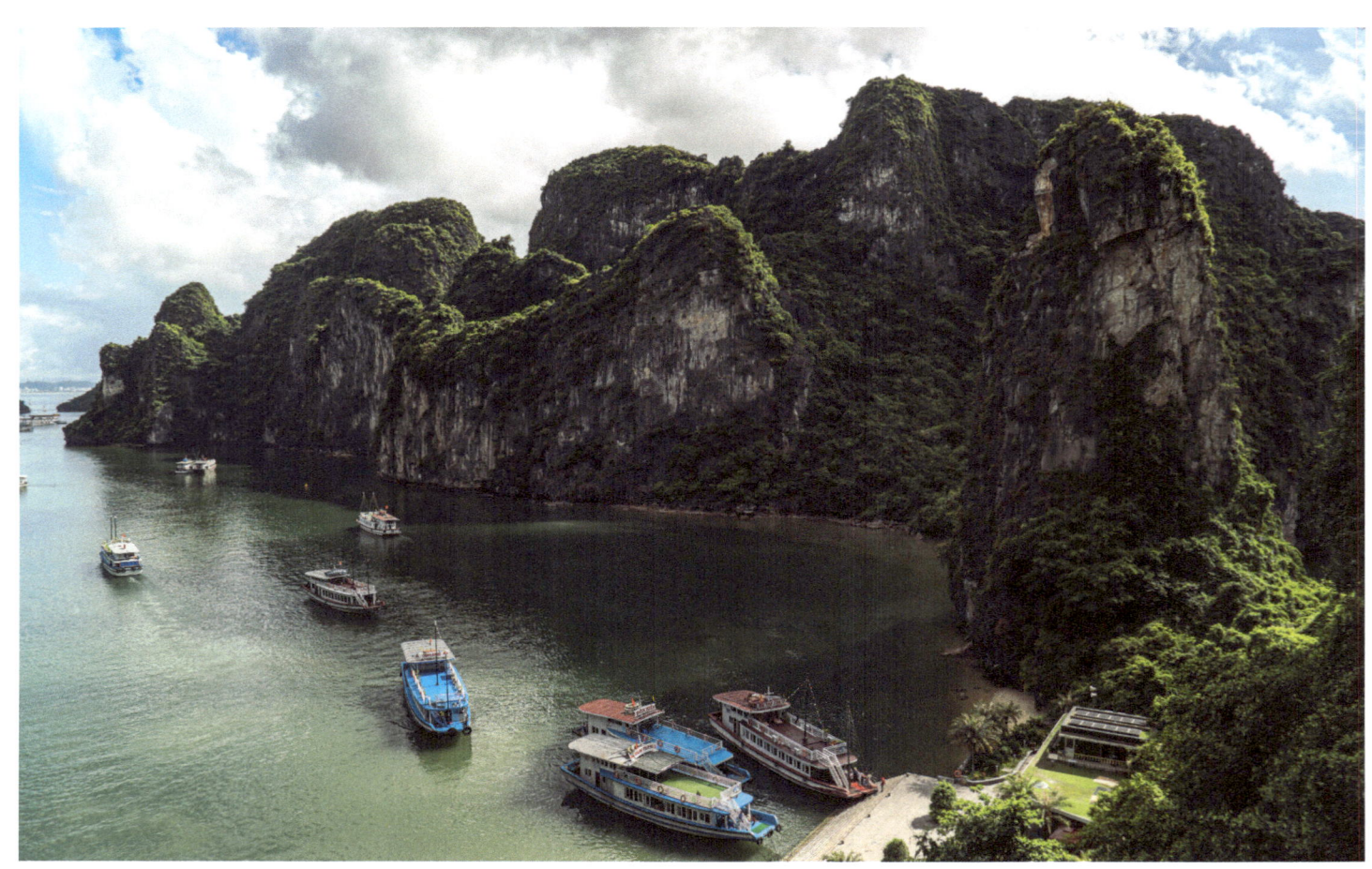

…or perhaps the idyllic landscape in those photographs I encountered during my days as a student in Cuba.

Lô River
Tuyên Quang, Vietnam

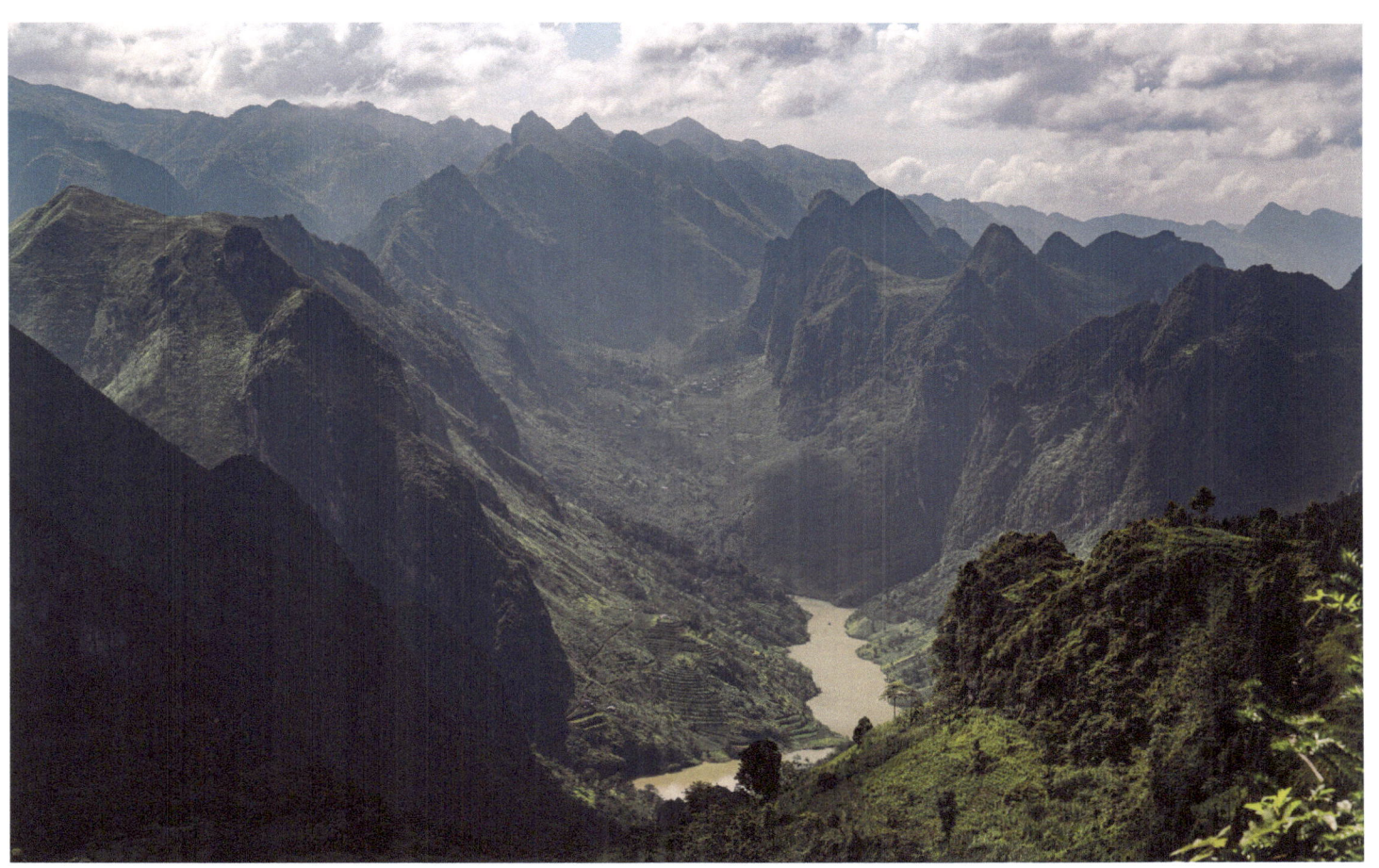

...hoặc có lẽ là phong cảnh yên bình trong những bức ảnh tôi bắt gặp trong những ngày còn là sinh viên ở Cuba.

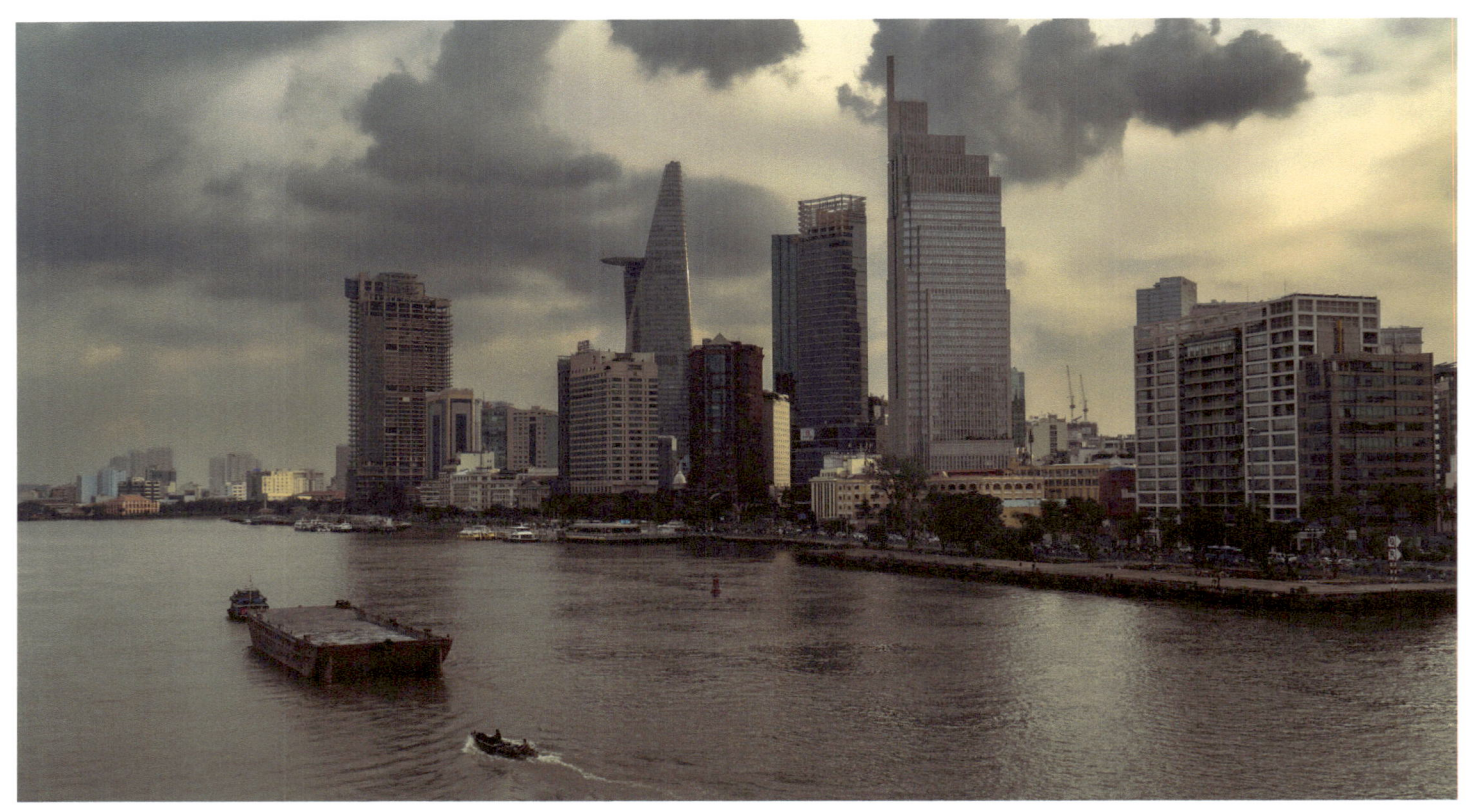

I don't know, perhaps it was my destiny calling, but I failed to comprehend its call back then.

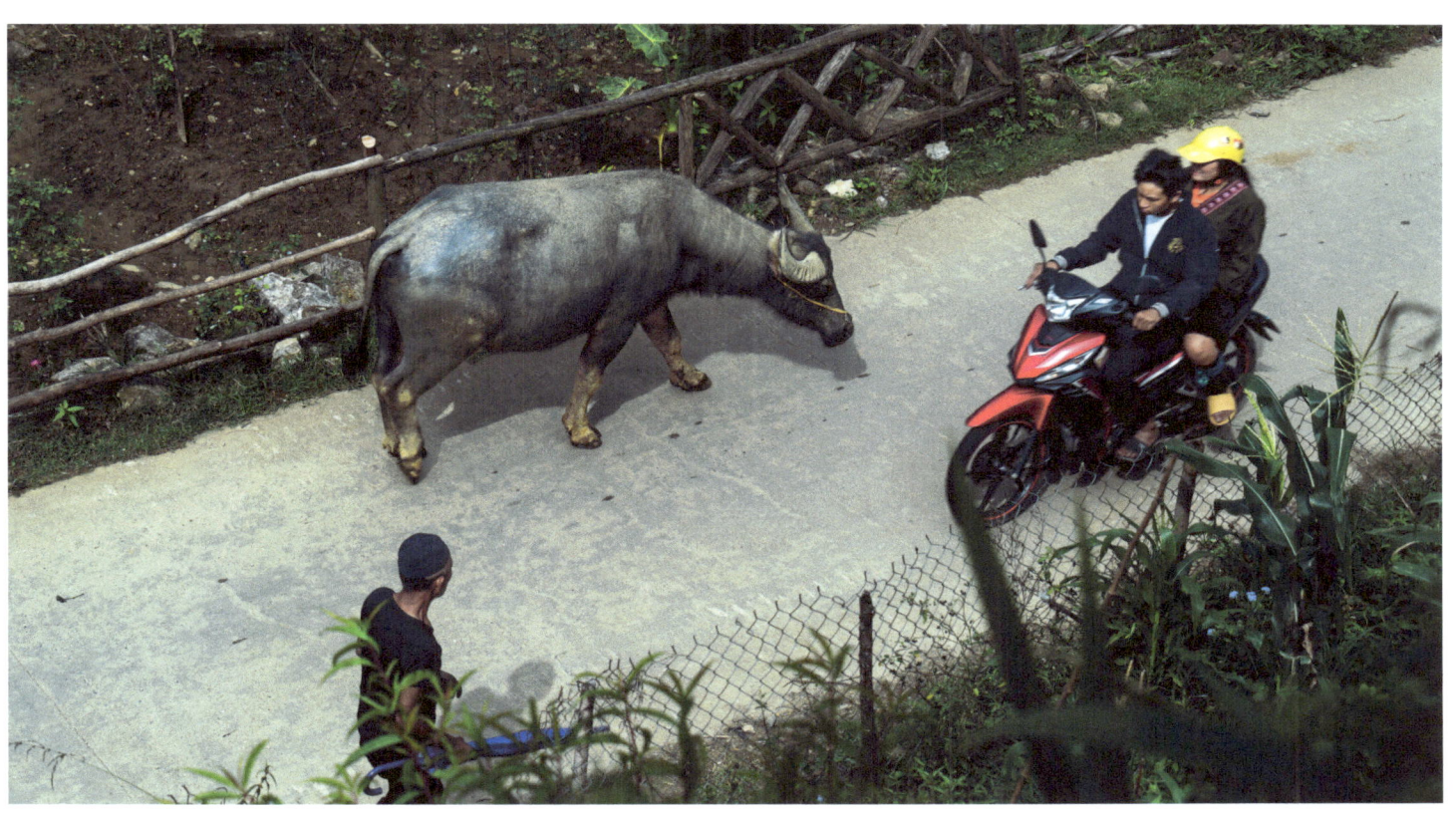

Tôi không biết nữa, có lẽ đó là tiếng gọi của định mệnh, nhưng tôi đã không hiểu được tiếng gọi của nó hồi đó.

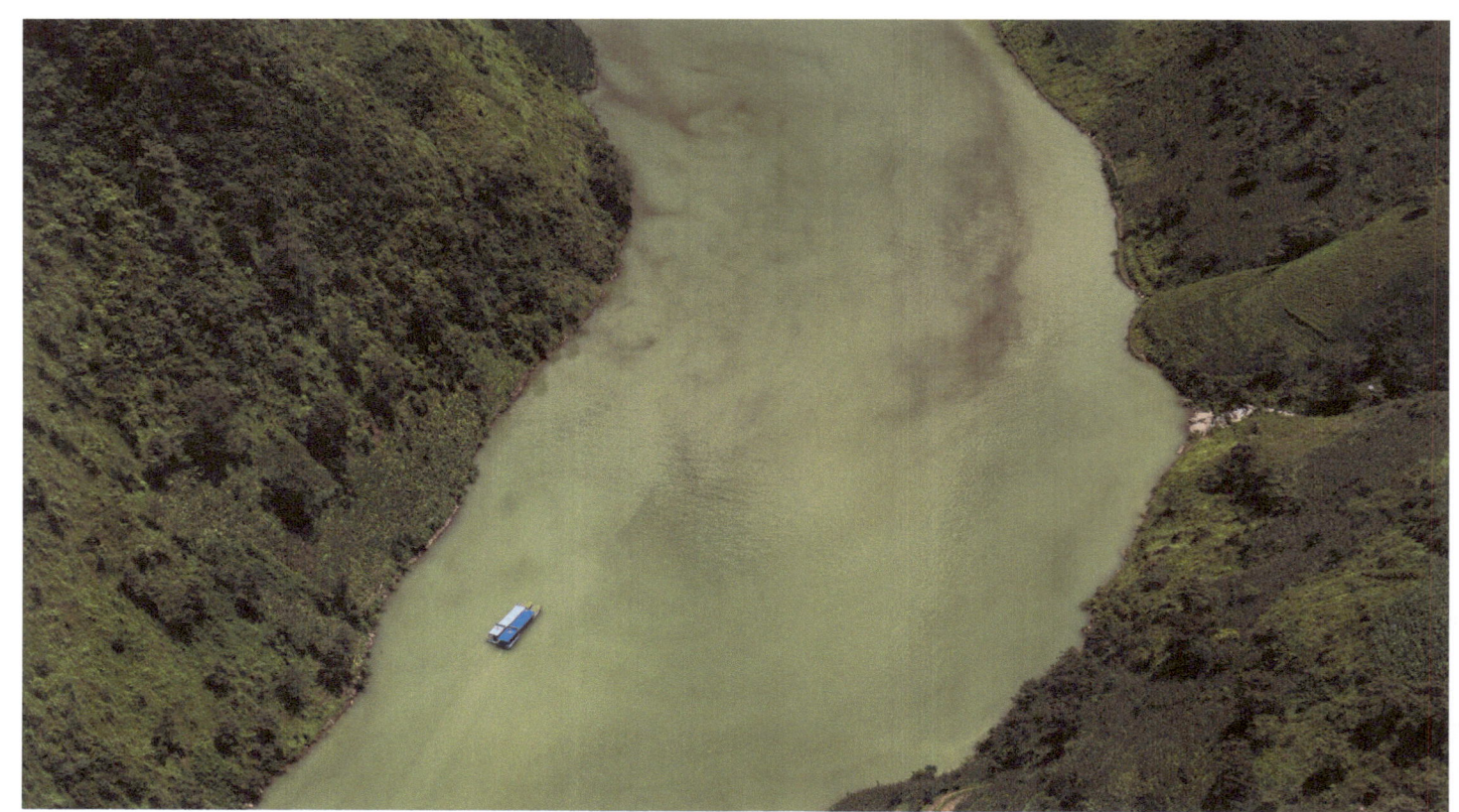

I am here now. Everything feels both new and old at the same time.

Windy Road
Cao Bằng , Vietnam

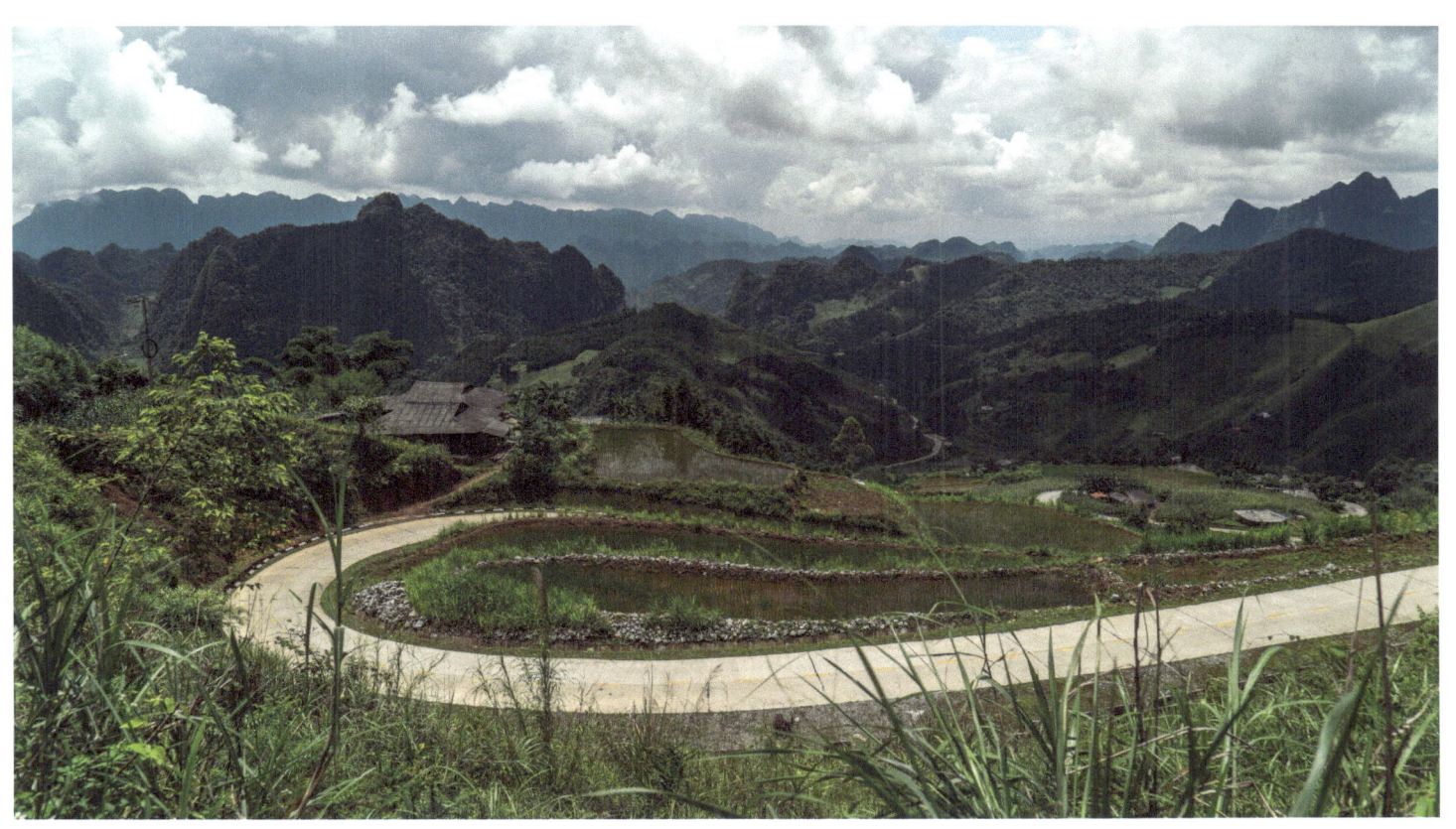

Bây giờ tôi đang ở đây. Tất cả mọi thứ cảm thấy cả mới và cũ cùng một lúc.

Nho Quế River
Hà Giang, Vietnam

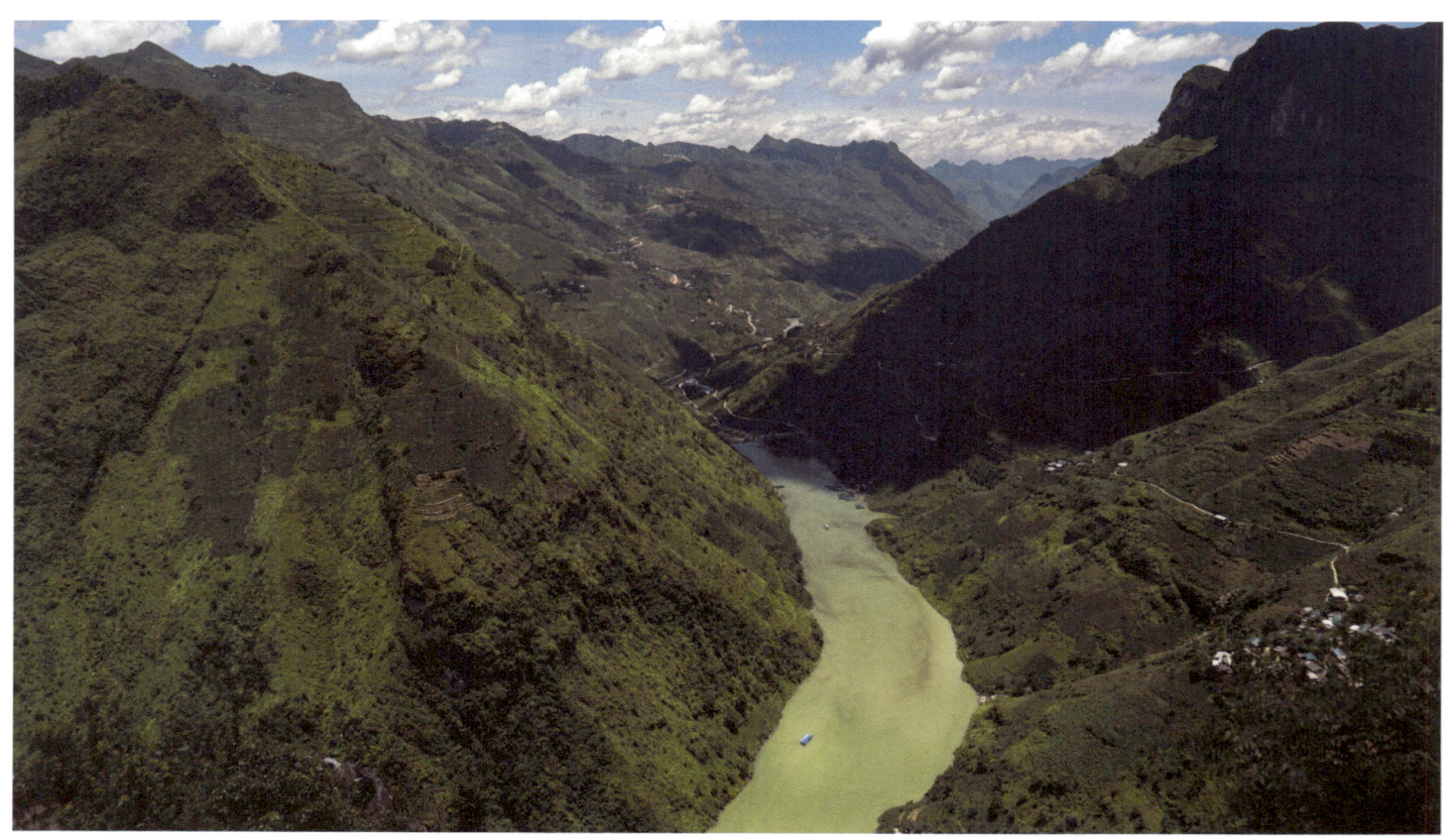

**There's some kind of alchemy
that I can't fully understand
or explain.**

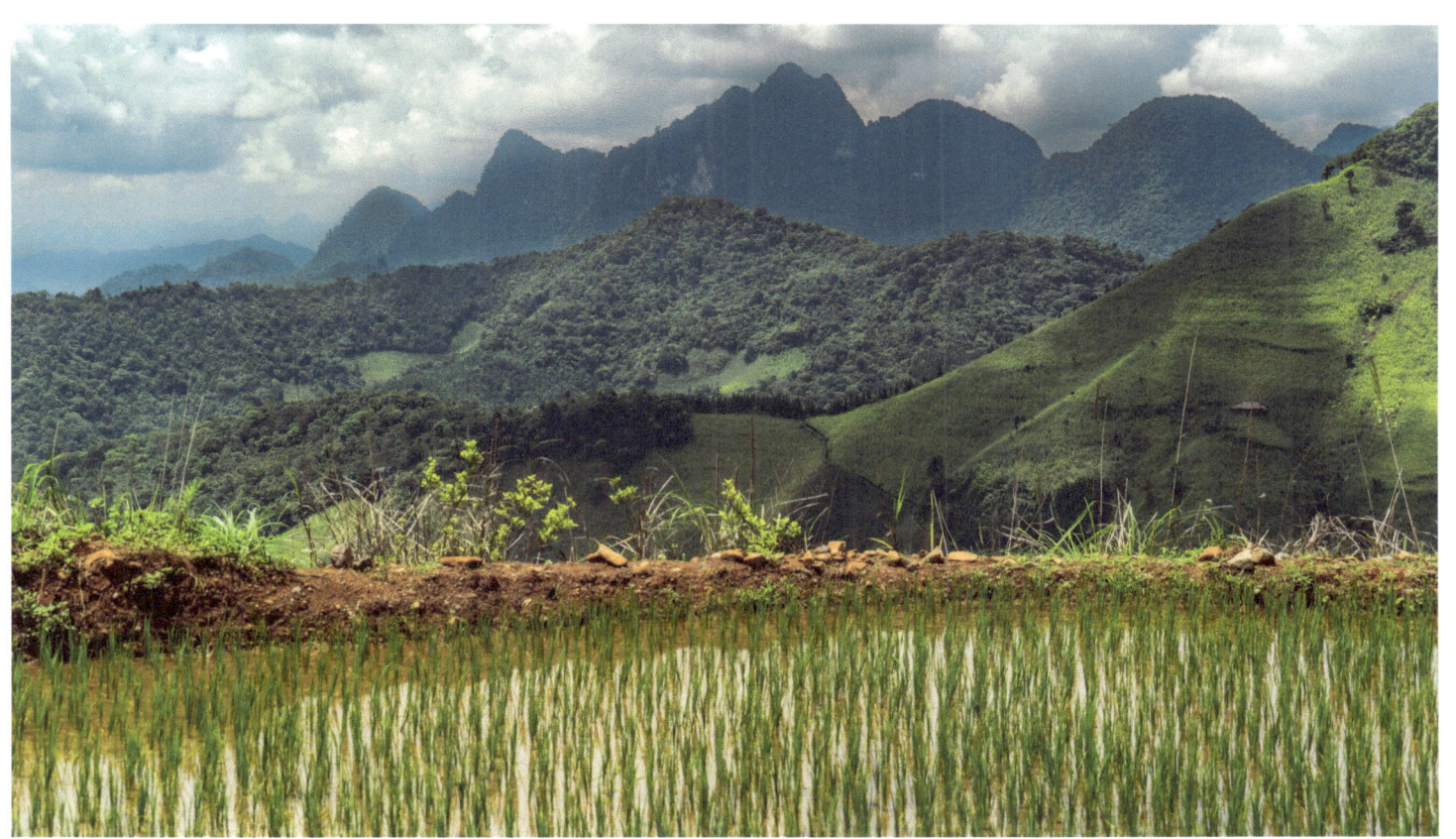

Có một số loại thuật giả kim mà tôi không thể hiểu hoặc giải thích đầy đủ.

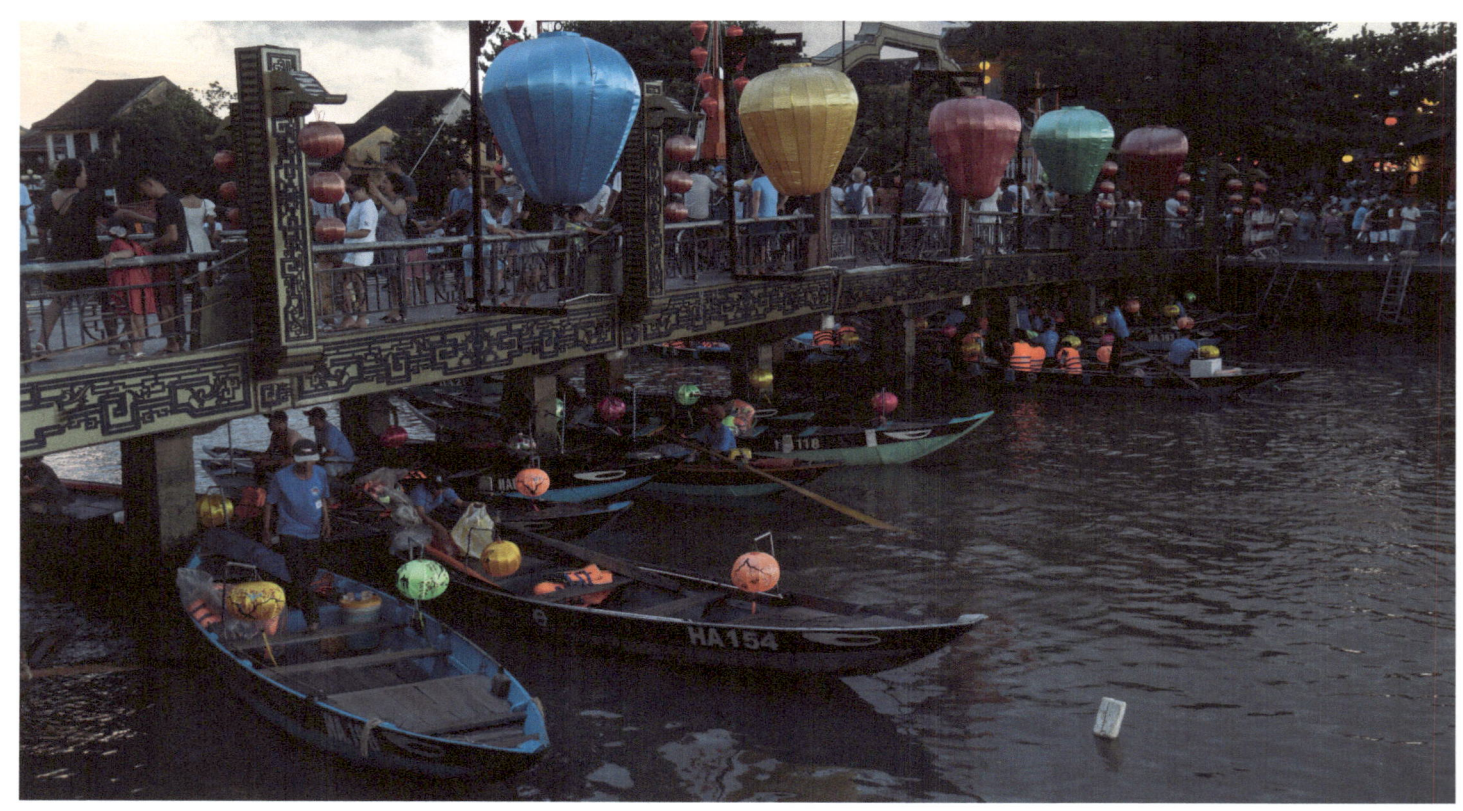

Dichotomy is everywhere, with swiftness and slowness dancing harmoniously,

Gondolier
Thu Bồn River, Hội An, Vietnam

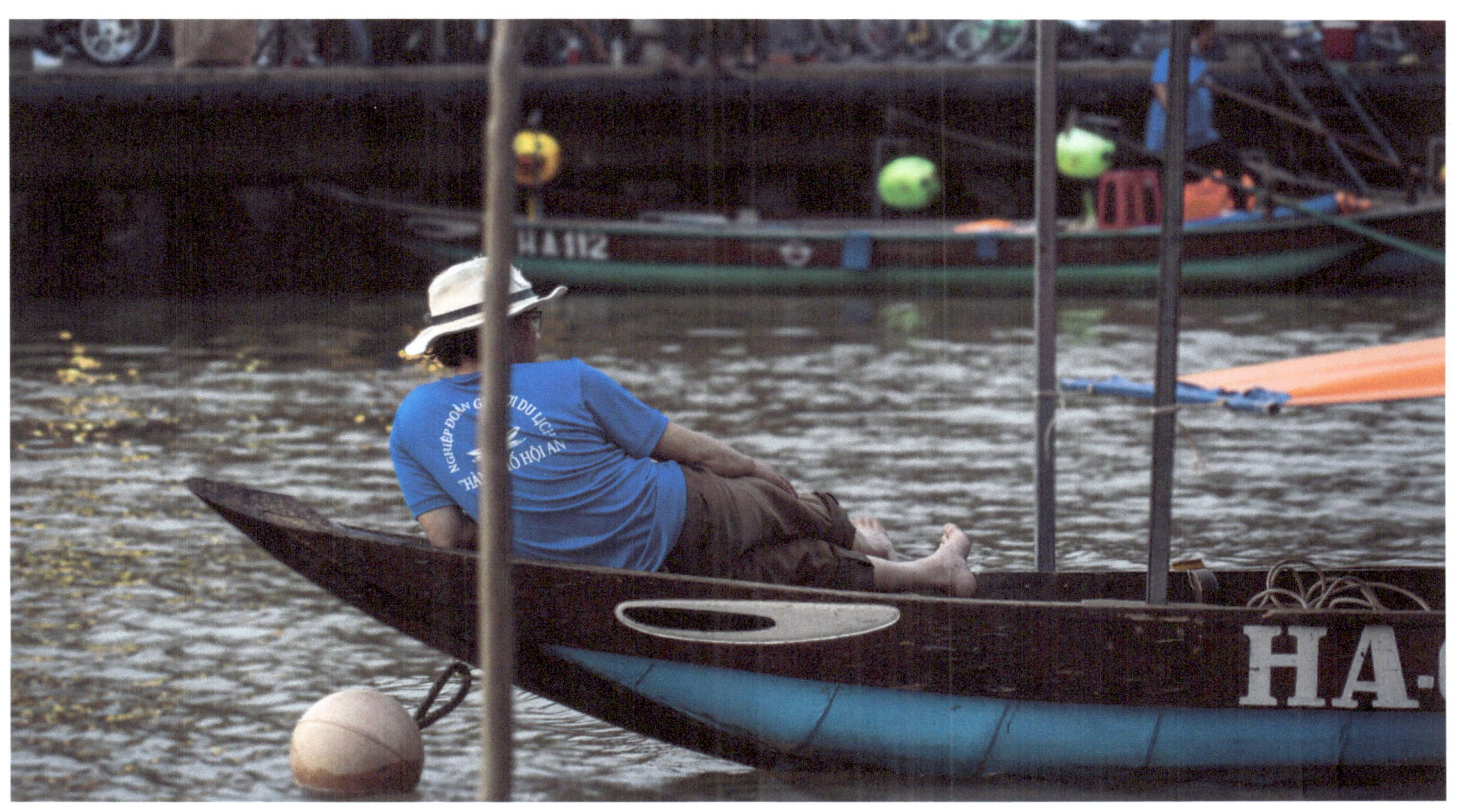

Sự phân đôi ở khắp mọi nơi, với sự nhanh chóng và chậm rãi hài hòa nhảy múa,

Fishermen
Sầm Sơn, Thanh Hóa, Vietnam

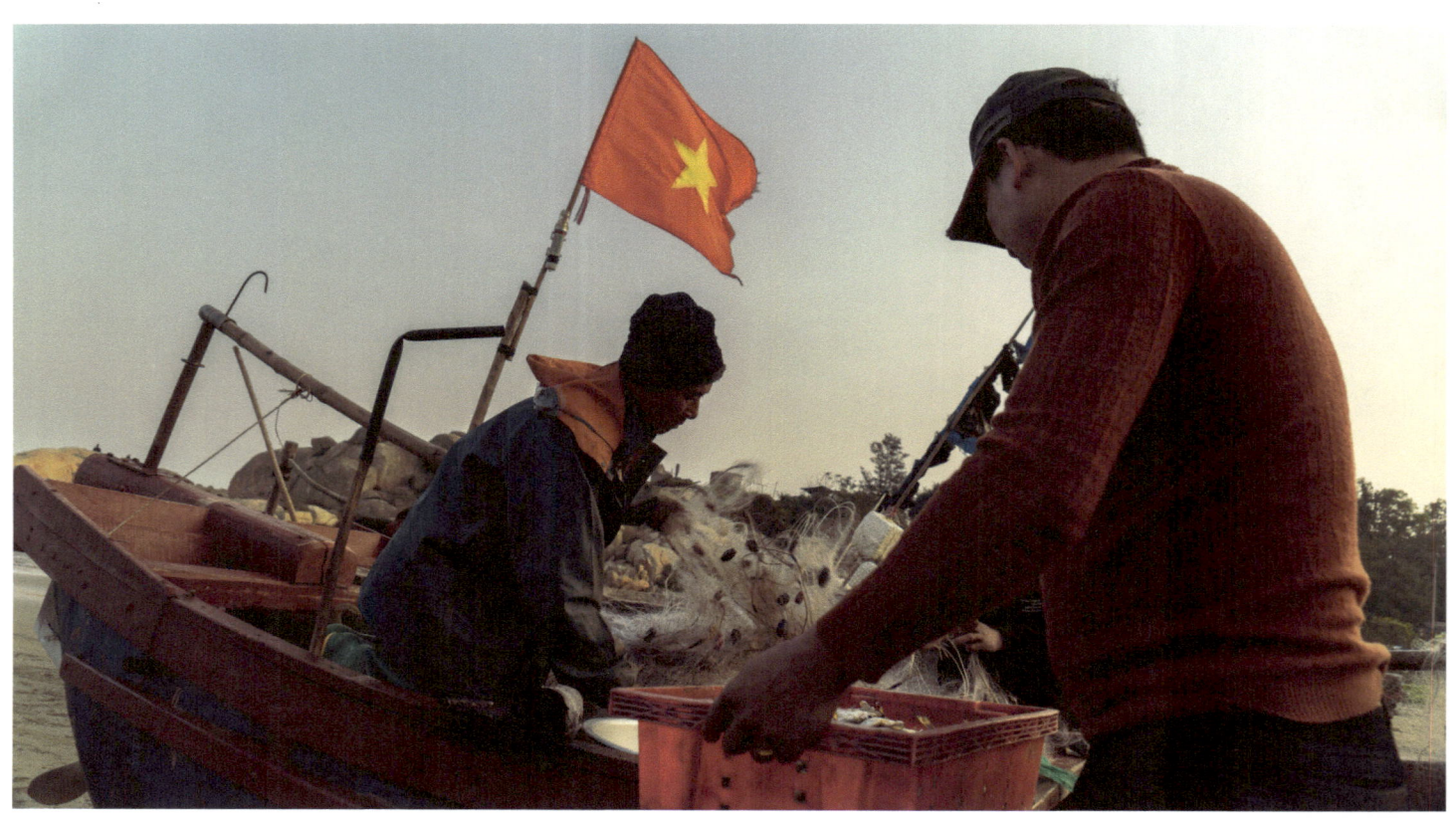

...you can travel
between
dimensions...

Mỹ Sơn
Quảng Nam, Vietnam

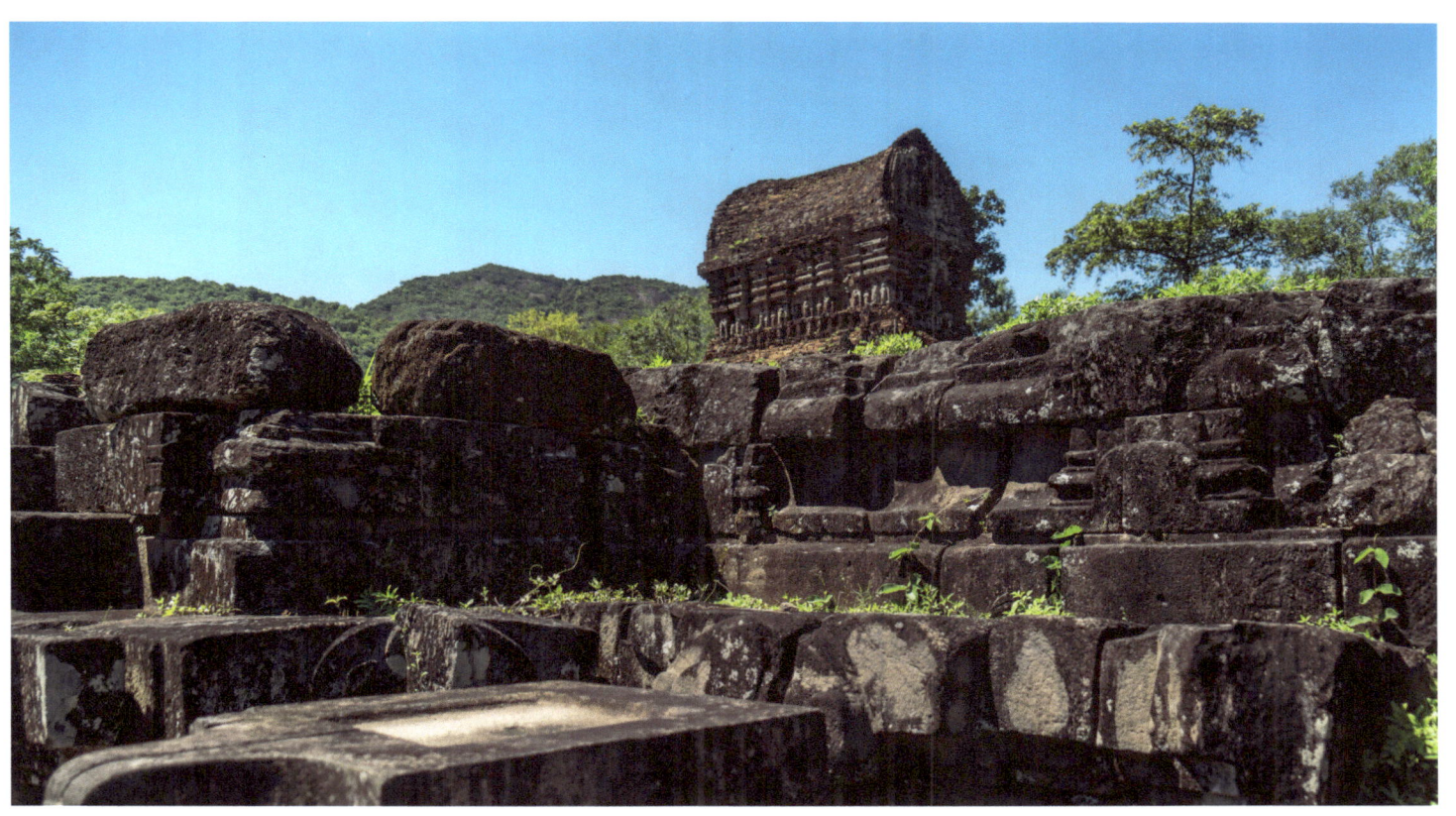

...bạn có thể di chuyển giữa các chiều mà...

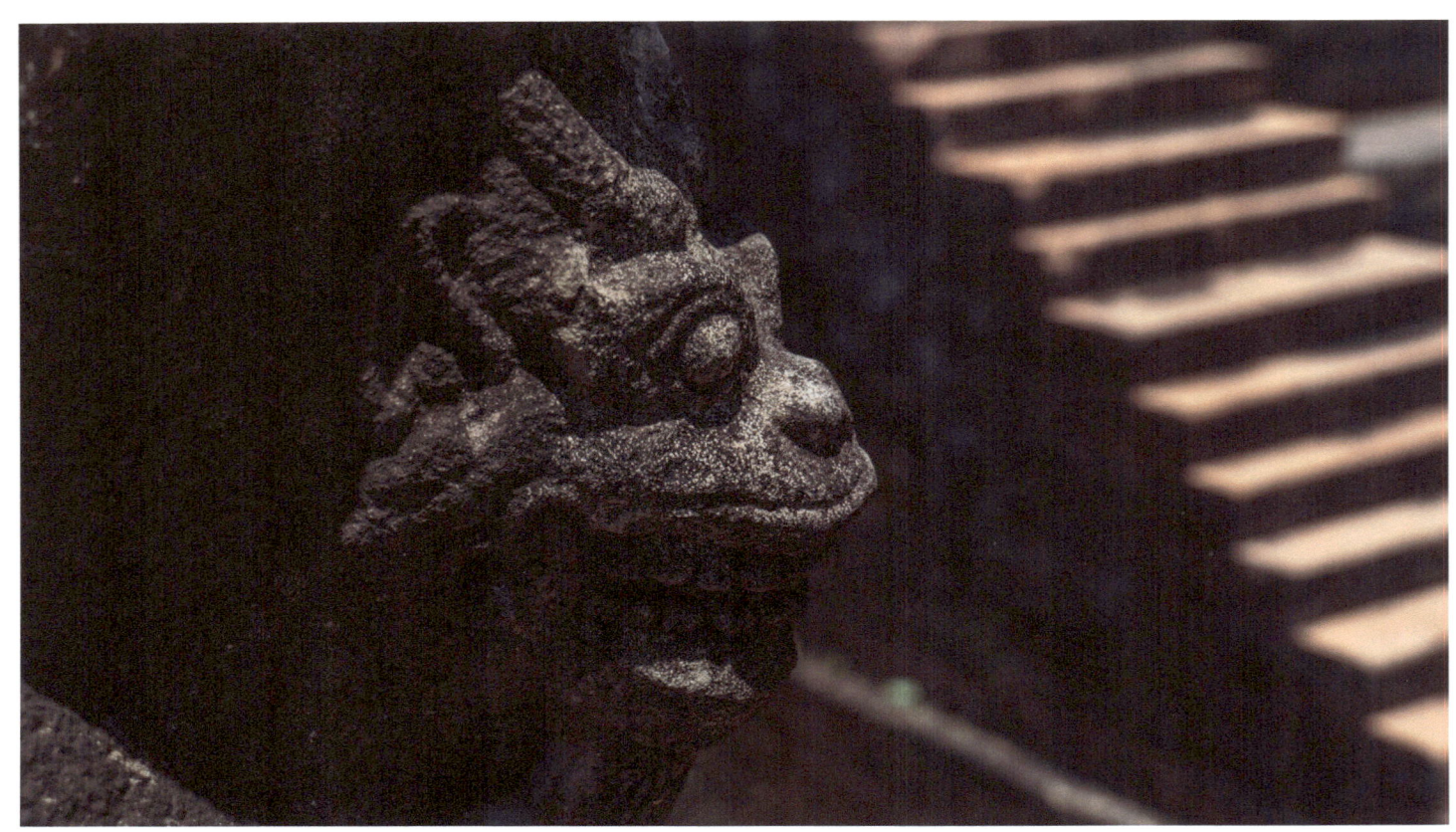

...without discerning the transition.

King's Palace
Huế, Vietnam

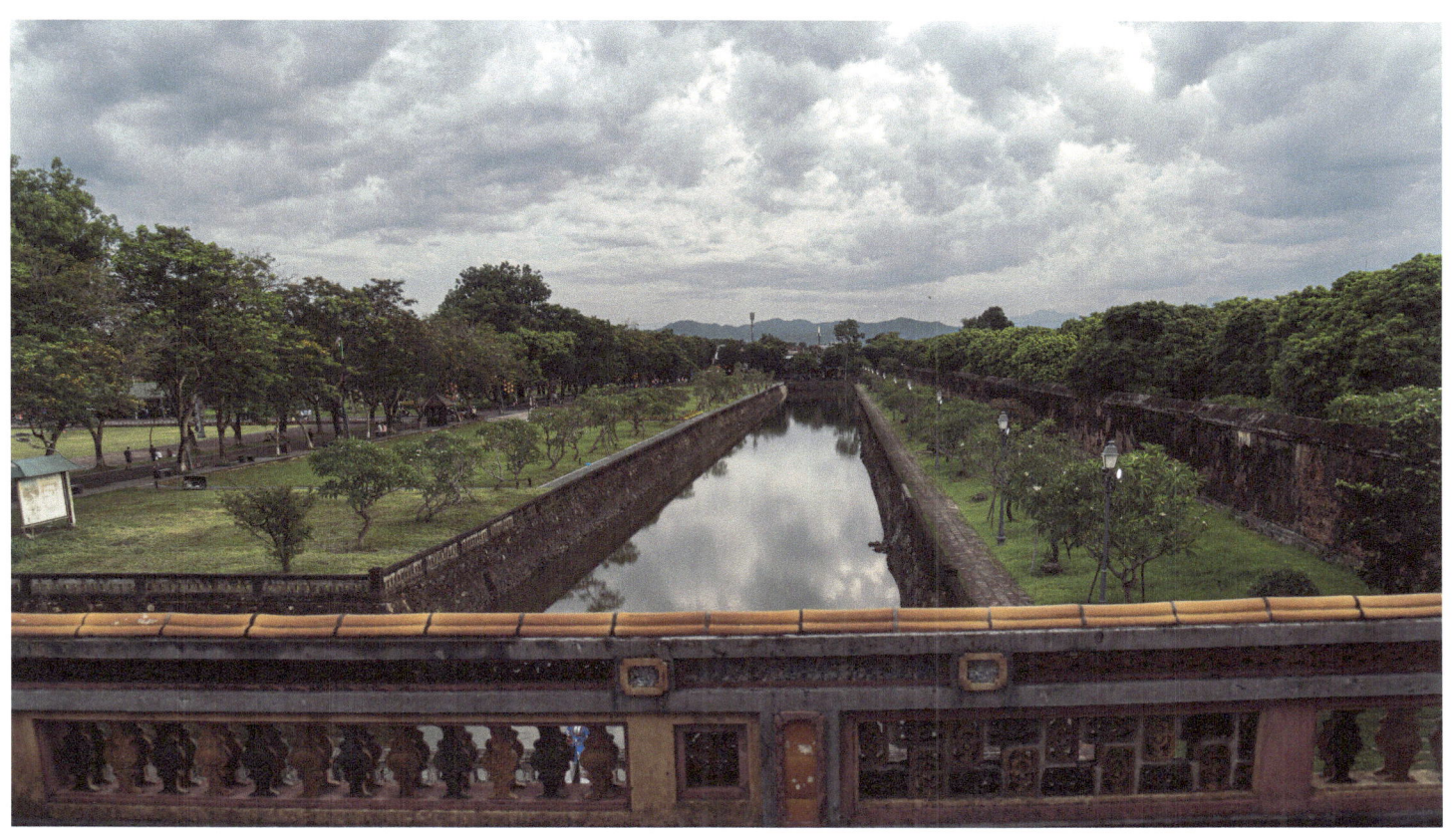

...không cần phân biệt quá trình chuyển đổi.

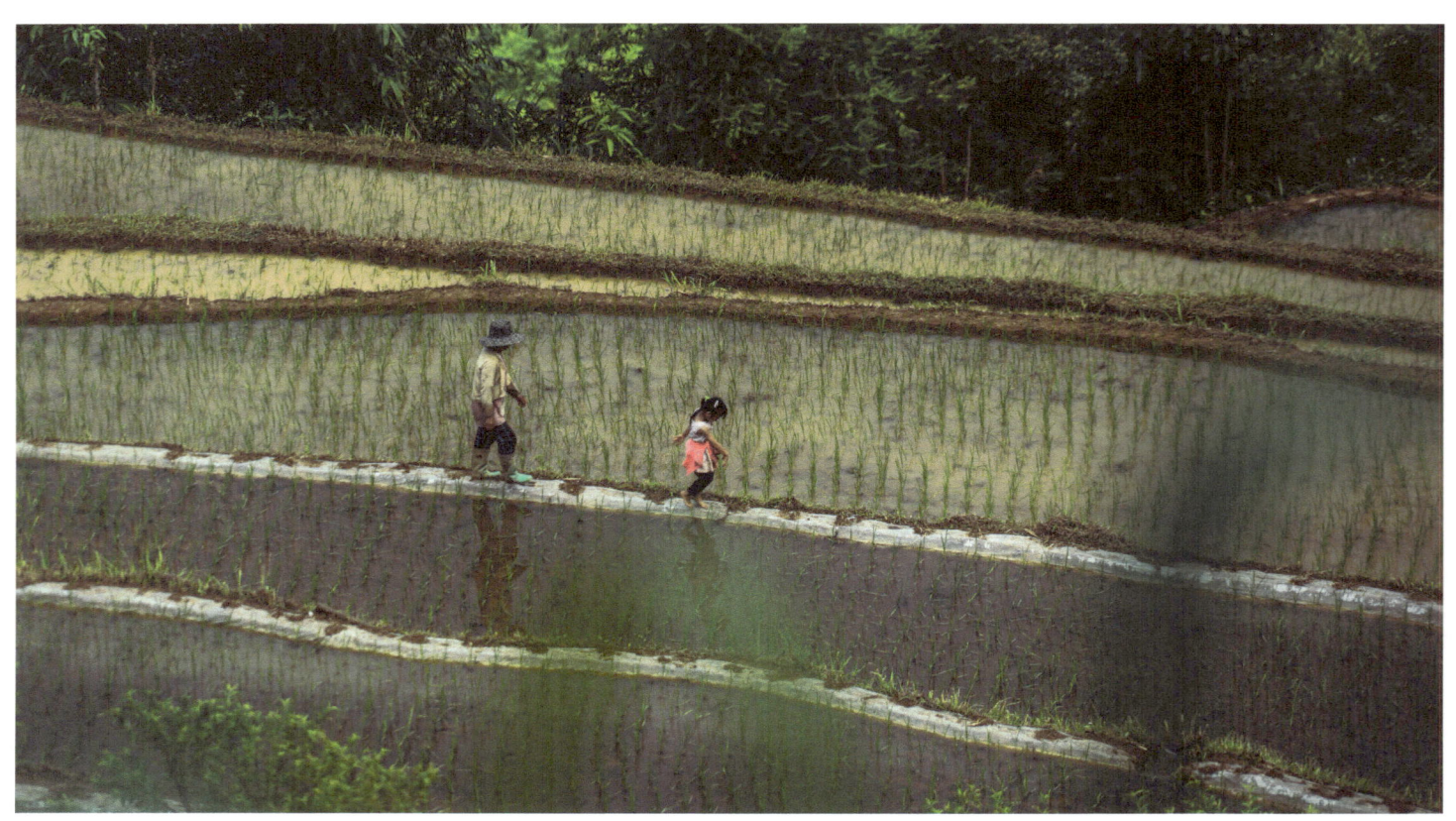

Life is flowing, just flowing the way it needs to.

Village Fair
Mèo Vạc, Vietnam

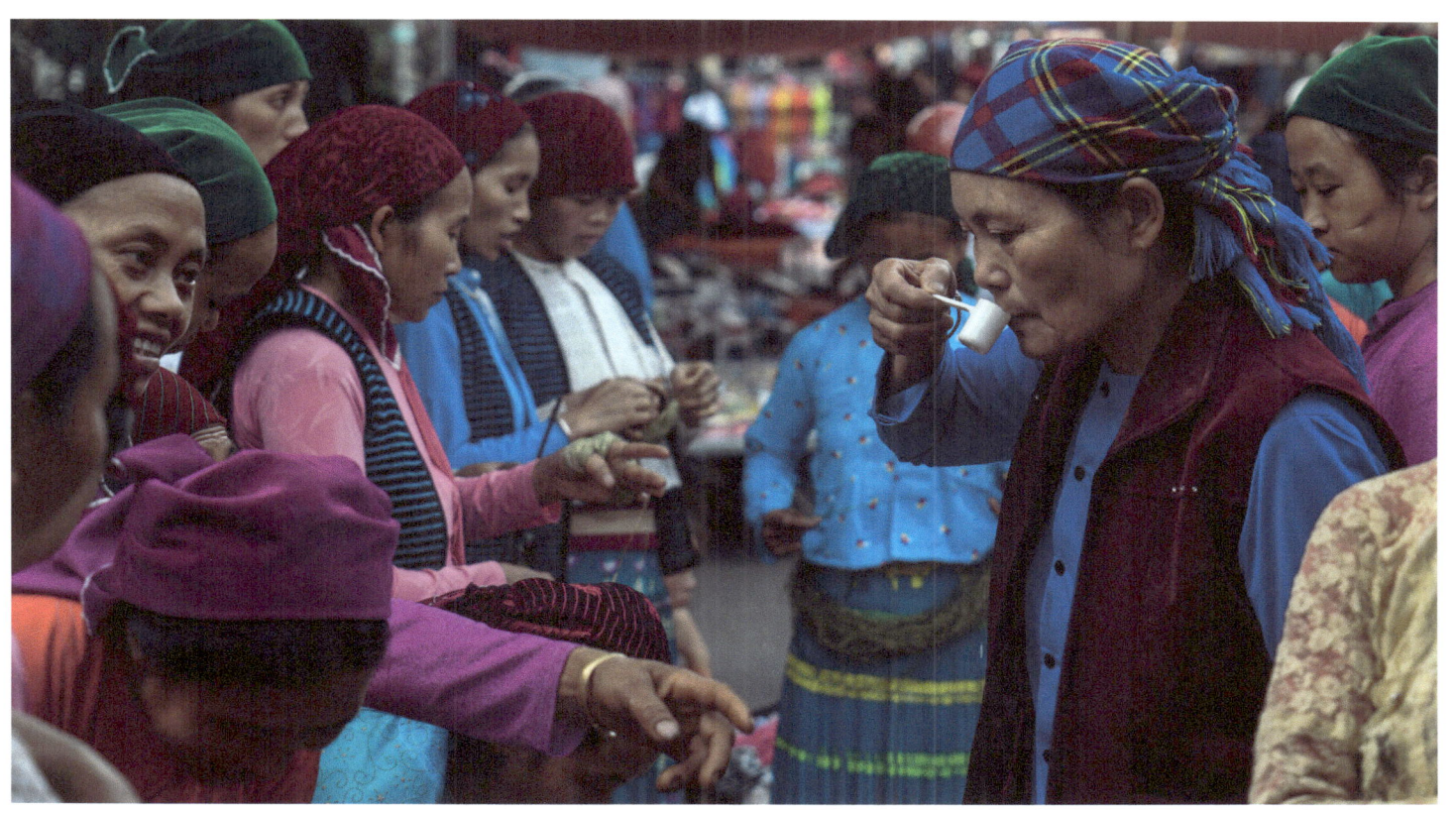

Cuộc sống đang trôi, chỉ trôi theo cách nó cần.

Lũng Cú
Đồng Văn, Vietnam

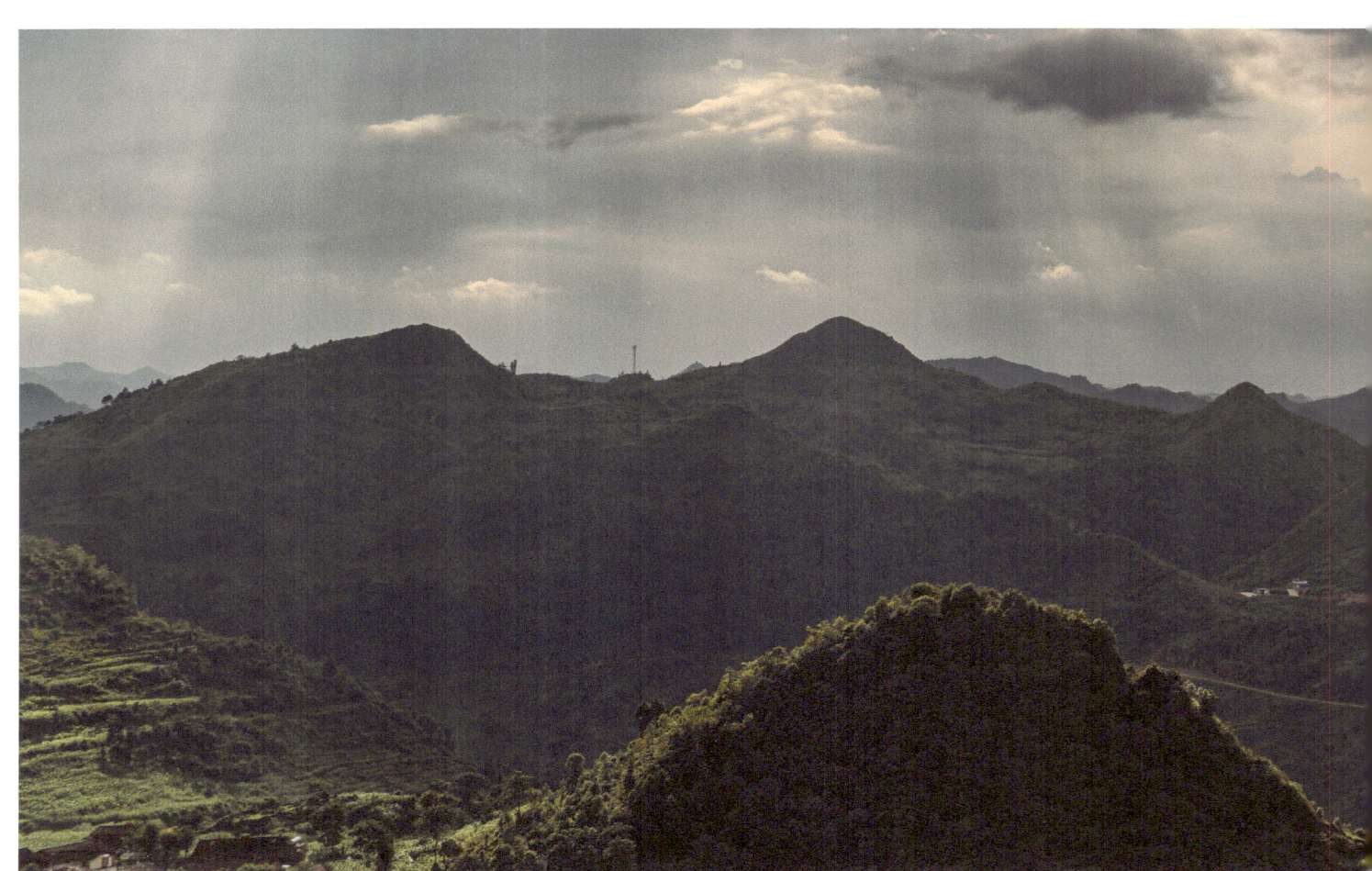

I am here

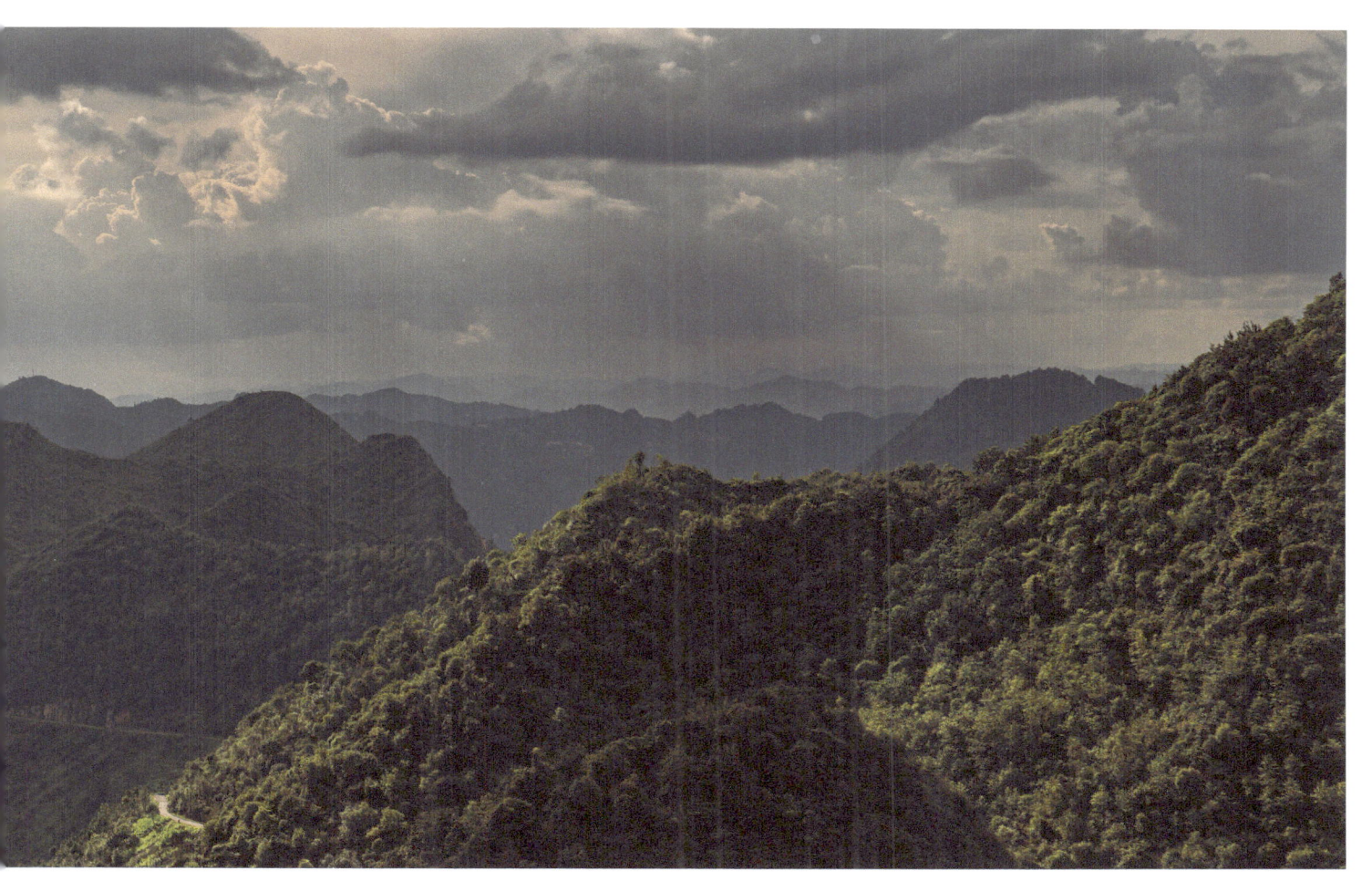

now

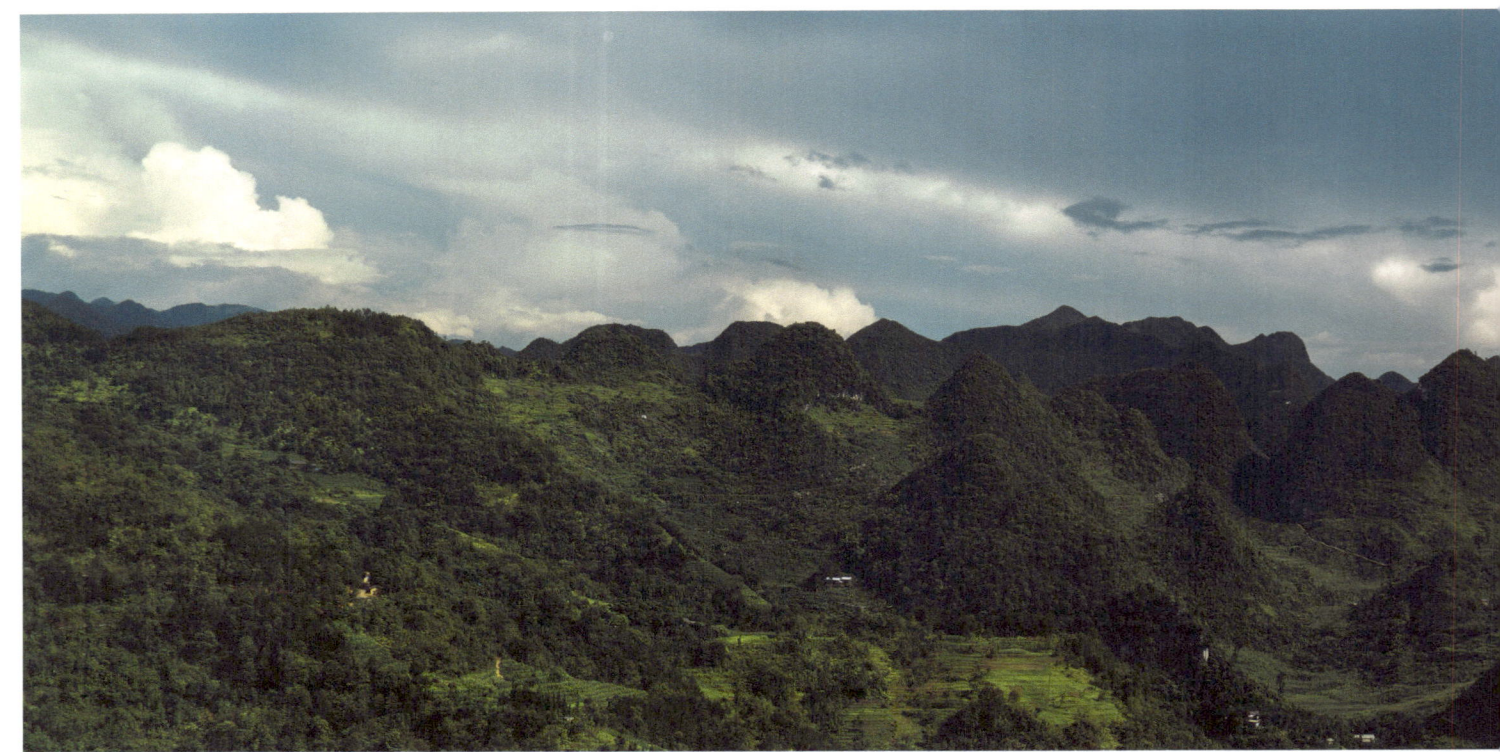

Bây giờ tôi

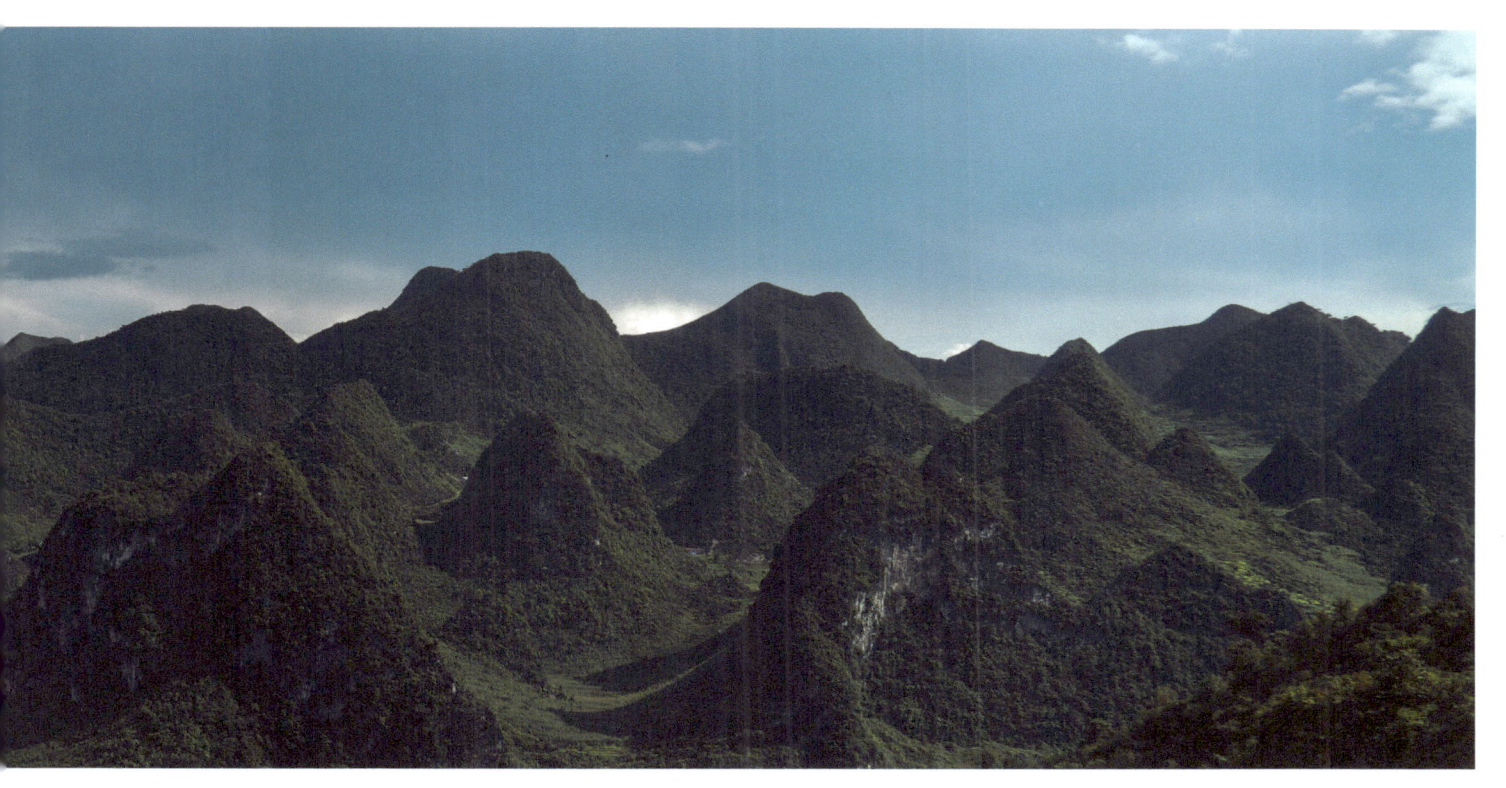

ở đây

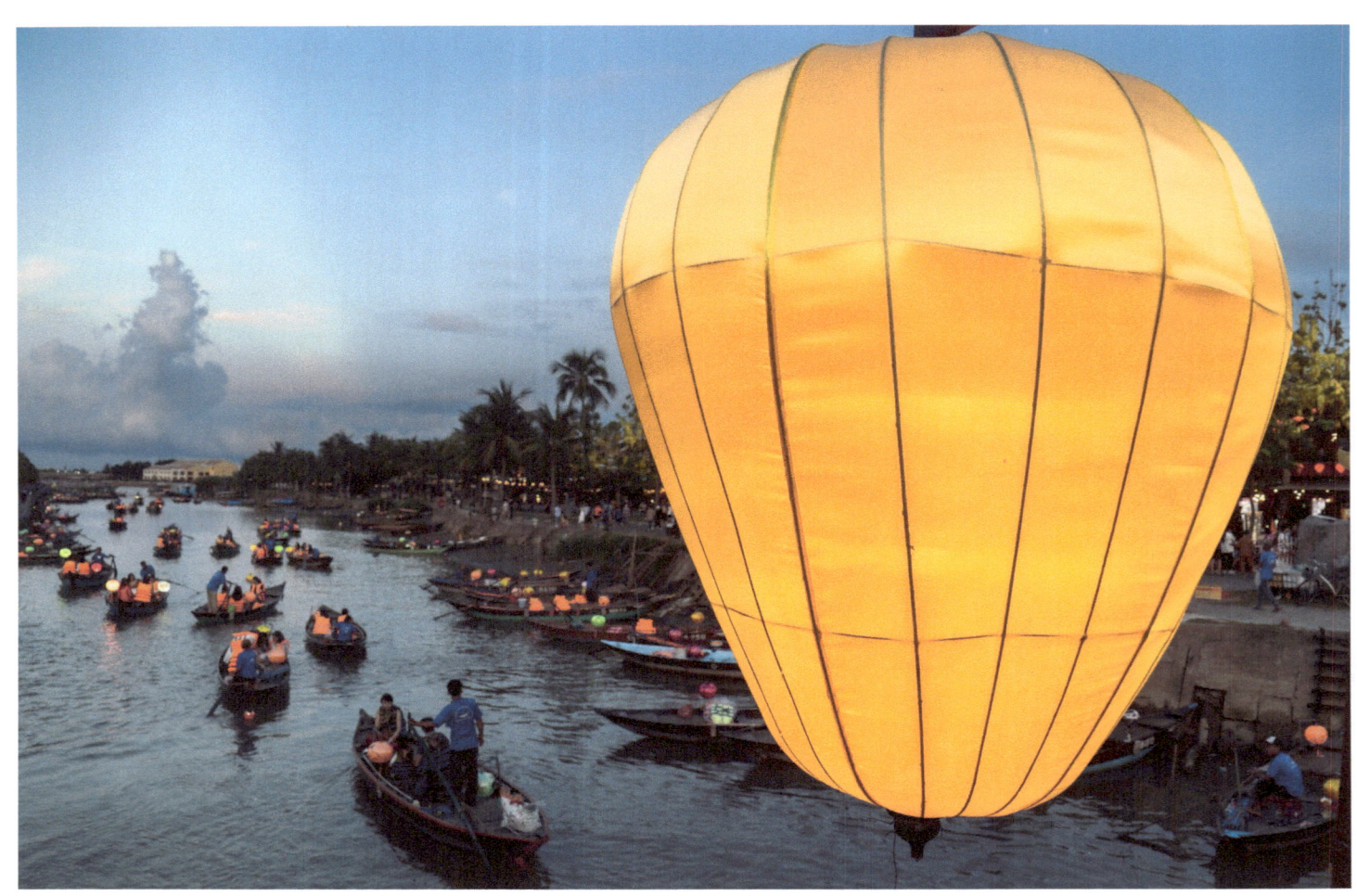

Holding a warm hand, I am captivated by a serene smile.

Gondolas
Thu Bồn River, Hội An, Vietnam

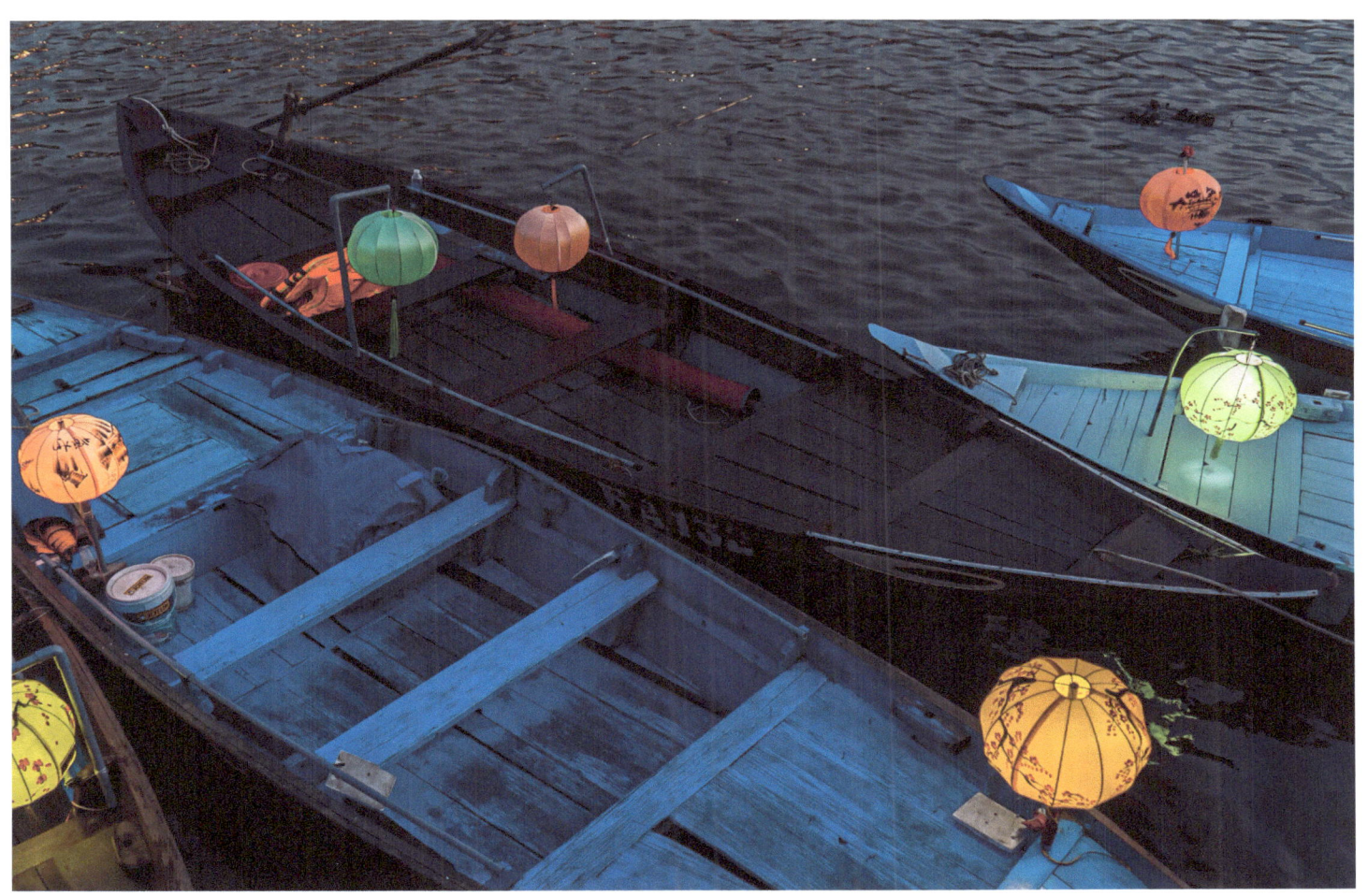

Nắm bàn tay ấm áp, tôi say đắm nụ cười thanh thản.

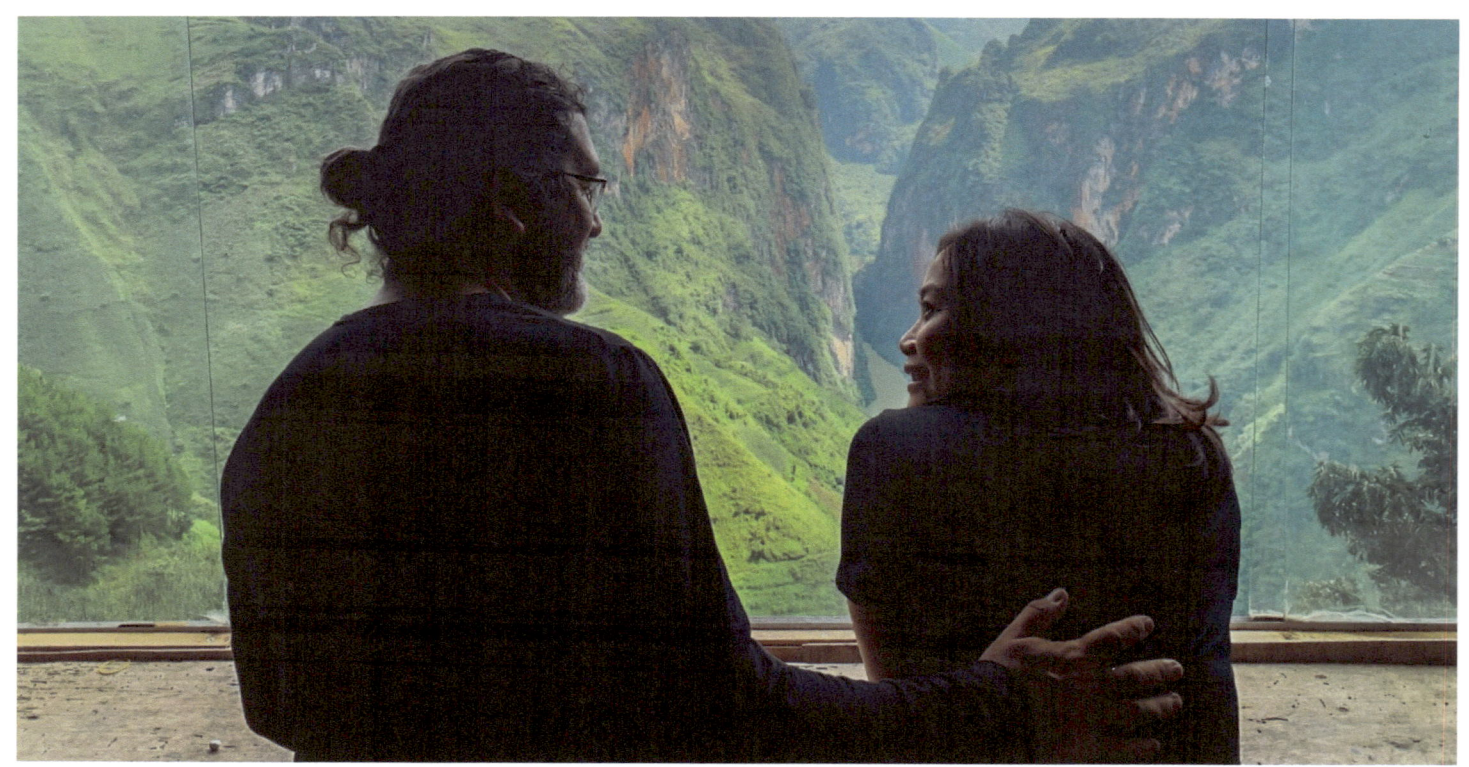

**I found a peaceful soul to travel
with me the rest of the way.**

**Tôi đã tìm thấy một tâm hồn bình yên
để cùng tôi đi hết quãng đường còn lại.**

www.ingramcontent.com/pod-product-compliance
Lightning Source LLC
Chambersburg PA
CBHW041535280526
45792CB00004B/1514